இளம்பிறை

நாகப்பட்டினம் மாவட்டம், சாட்டியக்குடி என்ற கிராமத்தைச் சேர்ந்த இளம்பிறை, 2000ஆம் ஆண்டிலிருந்து சென்னையில் வசித்து வருகிறார். முதுகலை தமிழ் இலக்கியமும் இளங்கலை கல்வியியலும் பயின்றுள்ள இவர், அரசுப் பள்ளியொன்றில் தலைமையாசிரியராகப் பணியாற்றி வருகிறார். இளம்பருவத்திலிருந்தே தொடர்ந்து எழுதிவரும் இளம்பிறை, தனது கவிதைகளுக்காக தமிழக அரசின் முதல் பரிசு, காலச்சுவடு பெண் படைப்பாளிகள் பரிசு, திருப்பூர் தமிழ்ச்சங்க விருது, களம் இலக்கிய விருது, யாளி அறக்கட்டளை விருது, கவிஞர்கள் தின விருது, சேலம் தமிழ்ச்சங்க விருது, பாவலர் விருது, சிற்பி விருது போன்ற விருதுகளைப் பெற்றுள்ளார். இவரது கவிதைகள் சென்னைப் பல்கலைக்கழகம் எஸ்.ஆர்.எம். பல்கலைக்கழகம் மதுரை காமராசர் பல்கலைக்கழகம் போன்ற பல்கலைக்கழகங்களிலும் அரசு மற்றும் தனியார் கல்லூரிகளிலும் பாடமாக வைக்கப்பட்டிருக்கின்றன. தவிர, தமிழக அரசின் தொடக்கக்கல்வி தமிழ் பாடப்பொருள் உருவாக்கப் பணியிலும் தொடர்ந்து பங்களிப்பு செய்துவருகிறார். கிராமியக் கவிதை மொழியுடன் நவீனக் கவிதை மொழியும் கைவரப்பெற்றவை இளம்பிறையின் கவிதைகள்.

நீ எழுத மறுக்கும் எனதழகு

(2007 வரை வெளிவந்துள்ள கவிதைகளின் முழுத்தொகுப்பு)

இளம்பிறை

டிஸ்கவரி புக் பேலஸ்

கே.கே.நகர் மேற்கு, சென்னை - 600 078.
(பாண்டிச்சேரி கெஸ்ட் ஹவுஸ் அருகில்)
Ph: 044-6515 7525 Mobile: +91 87545 07070

நீ எழுத மறுக்கும் எனதழகு (கவிதைகள்)
ஆசிரியர்: இளம்பிறை©

Nee Ezhutha Marukkum Enathazhagu (Poems)
Author: Ilampiraii©

Second Edition: August - 2018
Pages: 248
Cover Art : Santhosh Narayanan

Publisher:

Discovery Book Palace (P) Ltd,
6, Mahaveer Complex,
Munusamy Salai, K.K.Nagar West, Chennai-600 078.
Ph: +91 - 44-6515 7525
Mobile: +91 87545 07070

E-mail: **discoverybookpalace@gmail.com**,
Website: **www.discoverybookpalace.com**

Rs. 230

கூலி விவசாயப் பெண்களுக்கு...

நன்றி...

ஆனந்த விகடன்
அவள் விகடன்
விகடன் தீபாவளி மலர்
கல்கி
குமுதம்
தீராநதி
புதிய பார்வை
இந்தியா டுடே
இந்து நாளிதழ்
இந்தியன் எக்ஸ்பிரஸ்
தினமணி
தினமலர்
கதை சொல்லி
காலச்சுவடு
ரசனை
அம்ருதா
உயிர்மை
ஙவீன விருடசம

பனிக்குடம்
தை
சாளரம்
பெண்ணே நீ
புத்தகம் பேசுது
பொதிகை மலர்
கூட்டாஞ்சோறு
கல்வெட்டு பேசுகிறது
சுந்தரசுகன்
தாராமதி
ஊர்வலம்
கேப்பியார்
அரங்கேற்றம்
நந்தன்
தமிழர் கண்ணோட்டம்
புதிய கோடாங்கி
மலர்
கவிதாசரண்
மல்லிகை மலர்

அரிதாரங்களில் புகையாத எழுத்து

கவிதைக்கு அகம் மட்டுமே உண்டு என்று கருதும் கவிஞர்களிலிருந்து முற்றிலும் வேறுபட்டவர் கவிஞர் இளம்பிறை. 'அகம் மற்றும் அதன் புறச்செயல்களால் உறுதிப்படும் அல்லது சிதையும் ஆளுமையை பார்த்துக்கொள்ளும் கண்ணாடியாகவும் நல்ல பசியில் உள்ளன்போடு சோறுபோட்டுத்தரும் தாயாகவும் தவித்துவரும் பொழுதுகளில் உட்கார்ந்துகொள்ளும் நிழலாகவும் அன்பையும் புரிதலையும் சொல்லித்தரும் ஆசானாகவும் என்றும் உடனிருப்பவையாகவும் கவிதைகளை உணர்கிறேன்' என்பது இளம்பிறையின் வாக்குமூலம்.

தமிழ் புதுக்கவிதைக் களத்தில், இந்திய நாட்டில் வேறு எந்த மொழியிலும் காணமுடியாத அளவுக்கு பெண் கவிதைகளின் அழமும் கனமும் நிரம்பிய குரல்கள் ஒலித்துவருகின்றன. இருபதாம் நூற்றாண்டின் கடைசிப் பத்தாண்டுகளில் உருவாகி, இந்த நூற்றாண்டில் 'பொம்'மென்று இரைந்துவரும் தேனீக்களாக இவர்களின் அலை விம்மி எழுந்து தொடர்கிறது. இவர்கள் ஒவ்வொருவருக்கும் தனிமுகம் அமைந்திருப்பதும் ஒரு சிறப்புதான்!

உழைக்கும் மக்களைச் சித்தரிக்கும் நேர்மை, அச்சு அசலான கிராமியத்துவம், அழகிய மொழிநடை, சுய அனுபவங்களின் மணக்கும் பசுமை, ஆரவாரமில்லாத வெளிப்பாடு ஆகியவற்றின் பிரமிக்கவைக்கும் அழகால் இளம்பிறை தனித்து ஒளிர்கிறார். ஓங்கித் தாக்கும் வறுமையின் சம்மட்டி அடியில், புறக்கணிப்பின் இழிவில், சாதியத்தின் மௌனவிலக்கலில் வதைபடும் மக்களைப்பற்றி பேசுகிற இளம்பிறையின் எழுத்துகளில் புரட்சி என்ற மாயஜாலங்கள் இல்லை. 'சுர்'ரென்று தாக்கும் சொல்லம்புகளின் கூர்மையைவிடவும் அடிமனதில் நுண்ணியதாய்ச் செருகும் ஆதங்கங்களை வளமையாக வெளிப்படுத்துகின்றன இவர் கவிதைகள்.

பரபரப்புக்காகவும் அவசரப் புகழுக்காகவும் அதிர்ச்சிப் படுத்துதலுக்காகவும் ஒருபோதும் தன் எழுத்தை கொச்சைப்படுத்திக் கொள்ளாத இளம்பிறை, தன்னம்பிக்கையோடு வாழ்வையும் எழுத்தையும் அணுகுகின்றார். அரிதாரங்களில் புகையாது, தான் அறிந்த வாழ்வையே படைக்கின்ற எழுத்து இளம்பிறையின் எழுத்து.

வாழ்த்துகளுடன்

(பல்சுவை காவியம் அக்டோபர் 2016 இதழில் கவிஞர் சிற்பி அவர்கள் எழுதியதில் இருந்து)

சிற்பி

இளம்பிறையின் சிறுபருவத்து கிராமம்

இளம்பிறையின் கவிதைகள், சாதாரண வாசகர் மற்றும் தீவிர வாசிப்புடையவர் ஆகிய எவரும் எளிதில் ஈர்க்கப்படும் திறமையுடன் படைக்கப்பட்டுள்ளன. கால ஓட்டத்திலும் பொருள் தேடலிலும் மங்கிப் போயிருக்கும் சராசரி மனிதனின் உணர்வுகளைத் தட்டியெழுப்புகின்றன உணர்வுமிக்க இவரது கவிதைகள்.

நிரந்தர வறுமை குடிகொண்டிருக்கும் விவசாயக் குடும்பங்களின் சகிப்புத்தன்மைமிக்க வாழ்க்கைச் சித்திரங்கள், கேவலப்படுத்தப்படும் பெண்மையின் தரிசனங்கள் ஆகிய இரண்டும் மேலோங்கி நிற்கின்றன. இவரது கவிதைகள் கடந்தகால துயரங்கள்தோய்ந்த ஒரு பகுதி வாழ்க்கையை முடித்துக்கொண்டு அந்தச் சூலினை சுமந்துகொண்டேயும் வார்த்தைகளின் பேருலகத்தில் உவகையுடனும் உலா வருகின்றன.

இவரது எழுத்தின் வலிமை இவரின் எளிமையான, தெளிவான, நல் உள்ளத்தின் பிரதிபலிப்புதான். தீவிர வாசிப்பு இருந்தால் மட்டும் போதாது, அறிவாளியாக காட்டிக்கொண்டால் மட்டும் போதாது. ஏமாற்றும் கயவாளித்தனமும் இல்லாமல் இருப்பதே பகுத்தறிவின் பயன் என்கிறார். ஏமாற்றுபவனை எதிரி எனக் கருதாமல் அறிவீனமானவன் என நகையாடிக் களிக்கிறார்.

ஒரு வார்த்தை

நானிருக்கிறேனென
யார் எத்தனைமுறை கூறியிருந்தாலும்
யாரும் இருப்பதாக
ஒருபோதும் நம்பிவிட வேண்டாம்

தயவுகூர்ந்து கேளுங்கள்
சொற்களை நம்பி நீங்கள்
அவமானப்பட வேண்டாம்
ஒரு வார்த்தை சொல்லவேண்டுமே
என்பதற்காகவே வார்த்தைகள் சொல்லப்படுகின்றன

கரைந்துபோதல்

மண்ணோடு கரைந்தோடும்
உயிர் பார்த்து ரசித்திருப்பேன்
பேய் மழையில்.
நடுங்கி ஒதுங்க வரமாட்டேன்
ஒருபோதும்
உங்கள் கௌரவத்தின் தாழ்வாரத்தில் - என்றும்.

இளம்பிறையின் கவிதைகளுக்குள் பயணம் செய்யும்போது அழகிய மின்னும் கண்கள்கொண்ட வறுமையிலும் மெல்லிய உறுதியான அன்புள்ளம்கொண்ட ஒரு சிறுமியைச் சந்திக்கலாம். அந்த குட்டிப்பெண்ணை 'அழாதே பாப்பா' என்று தேற்ற நம் கை விரையும் முன்னே, தானாகவே கண்களைத் துடைத்துக்கொண்டு கருவேலம் பூவையும் ஆவாரம்பூவையும் வரைந்த தன் சிலேட்டுப் பலகையைக் காட்டி 'நல்லாருக்கா' என்று கேட்டுவிட்டு, நம் பதிலுக்குக் காத்திராமல் ஓடிப்போய் ஒரு குத்து ஈச்சம்பழங்களை அள்ளியெடுத்து வந்து 'சாப்பிடுங்க, இது டவுனுப் பக்கம் கெடைக்காது' என்று கொடுத்துவிட்டு, 'இதோ பறந்துபோகுதே இது அக்காகுருவி தெரியுமா' அப்புறம் 'ஆள் ஆள் ஆள்'னு சத்தம்போடுதே, அதுதான் ஆள்காட்டி குருவி' என்று, மளமளவென விவரித்துவிட்டு நாம் திகைப்பில் இருக்கும்போது 'இந்தா பாருங்க, ஒரு வாட்டி எங்கம்மா சூடு வச்சிட்டாங்க' என்று தழும்பைக் காட்டி, 'ஆனா, அது இப்ப வலிக்கல. பாவம் எங்கம்மா எவ்வளவு கஷ்டப்பட்டாங்க தெரியுமா' என்று, நம்மை குப்புறப்படுத்து அழவைத்துவிடுவாள். பிறகு கிராமத்து ஒரு இளம்கதாநாயகியைச் சந்திக்கலாம். அவளோ, தழைத்து இளமைபொங்கும் தாவரம்போல் பற்றிப் படர்பவள், அன்பை நீர்வீழ்ச்சிபோல் அளிப்பவள், கவலை மறந்து சிரிப்பவள், என்னிடம் பணமில்லை பதவியில்லை என்று கூறியபடி கோடி முத்தங்களை பரிசளிப்பவள். இப்படிப்பட்ட பெண்ணை இதுவரை நாம் பார்த்ததேயில்லை எனச் சொல்லுமளவு அன்பெனும் நீர்மையால் உருவாக்கப்பட்டவள்.

இப்படியாக, தமிழ்க் கவிதையுலகில் தனக்கென ஒரு நேர்த்தியான இடத்தை பிடித்துக்கொண்டவர் இளம்பிறை. இவரது கவிதைகள் பூட்டிக்கிடக்கின்ற கதவுகளை மேன்மையான உணர்வுகளுக்காக திறந்துவைப்பவை, தூயகாற்றை சுவாசித்து புத்துணர்ச்சியான நீரை அள்ளிப்பருக அழைப்பவை.

வாழ்த்துகளுடன்

(எழுத்தாளர் சிவகாமி ஐ.ஏ.எஸ். அவர்கள்
2015, ஆகஸ்டு, புதிய கோடாங்கி இதழில் எழுதியதிலிருந்து)

சிவகாமி

வணக்கம். உங்கள் கவிதை நூல் எங்கே கிடைக்கும்? எனக் கேட்பவர்களுக்கு இனி, எளிதாக என்னால் பதில் சொல்லமுடியும் என்பதால் பதிப்பாளர் மு.வேடியப்பன் அவர்களுக்கு முதலில் நன்றி சொல்லிக்கொள்கிறேன். பத்தாண்டுகளுக்குமுன் 'நீ எழுத மறுக்கும் எனதழகு' என்ற இக்கவிதை தொகுப்பிற்கான நூல் அறிமுக விழாவிற்கு வந்திருந்து, கவிதைகளைப் பற்றிய கருத்துகளை பகிர்ந்துகொண்ட தோழர் நல்லகண்ணு, திரைக்கலைஞர், ஓவியர் சிவக்குமார், திரு.தமிழருவி மணியன், முன்னாள் தொடக்கக்கல்வி இயக்குநர் ஆ.சங்கர், திரைப்பட இயக்குநர் கவிஞர் லிங்குசாமி, வழக்கறிஞர் அருள்மொழி ஆகிய பெருமக்களையும் இத்தருணத்தில் அன்புடன் நினைத்துக் கொள்கிறேன். கூடவே, எனக்கு எழுதப்படிக்க சொல்லித்தந்த எனது சாட்டியக்குடி கிராமத்தின் அன்றைய ஊராட்சி ஒன்றிய நடுநிலைப்பள்ளியின் ஆசிரியர்களின் ஞாபகங்களும் கண்கலங்க வைக்கின்றன.

இத்தொகுப்பின் கவிதைகளுக்காக மறைந்த முன்னாள் குடியரசுத் தலைவர் அப்துல் கலாம் அவர்களின் கரங்களால் 'பாவலர் விருது' வழங்கிப் பாராட்டிய இசைஞானி இளையராஜா அவர்களுக்கும், 2010ஆம் ஆண்டிற்கான 'சிற்பி விருது' வழங்கிய கவிஞர் சிற்பி அவர்களுக்கும் எனது நெஞ்சார்ந்த நன்றிகள். மேலும் நான் பணியாற்றிக் கொண்டிருக்கும் கல்வித்துறை சார்ந்த உயரதிகாரிகளின் பாராட்டுகள் எப்போதும் என் மனதிற்கு உற்சாகமும் தொடர்ந்து எழுதுவதற்கான ஊக்கமும் தருவதை நான் இங்கே நன்றியுடன் குறிப்பிட கடமைப்பட்டுள்ளேன்.

இந்தத் தொகுப்பிலுள்ள எனது கவிதைகளில், சிலர் பட்ட மேற்படிப்பு ஆய்வு செய்திருக்கிறார்கள். சிலர் தங்களின் கருத்துகளை எனக்கு நேரடியாக எழுதியும் தெரிவித்திருக்கிறார்கள். அவை எல்லாவற்றையும் இத்தொகுப்புடன் சேர்க்க இயலவில்லை என்றபோதிலும் 'புதிய கோடாங்கி' மாத இதழில் எழுத்தளார் சிவகாமி ஐ.ஏ.எஸ். அவர்கள் எழுதியதிலிருந்தும், 'பல்சுவை காவியம்' இதழில் கவிஞர் சிற்பி அவர்கள் எழுதியதிலிருந்தும் சில பகுதிகளை இத்துடன் சேர்த்திருக்கிறேன். அவை மறுபதிப்பாக வெளிவரும் இந்நூலின் அணிந்துரையாக இயல்பாக அமைந்ததில் மகிழ்ச்சியடைகிறேன். இத்தொகுப்பின்வழி எனது கவிதைகளை பாடத்திட்டத்தில் இணைத்துக்கொண்ட பல்கலைக்கழகங்கள், அரசு கலைக்கல்லூரிகள் மற்றும் தனியார் கல்லூரிகளுக்கும், இந்த நூலாக்கப் பணியில் ஈடுபட்ட டிஸ்கவரி புக் பேலஸ் பதிப்பக நண்பர்களுக்கும் எல்லோருக்கும் என் மனம்கனிந்த நன்றிகள்.

நட்புடன்

இளம்பிறை

30.05.2018 சென்னை *69*

உள்ளடக்கம்

அப்பாவிற்கும் அவரது நண்பர்களுக்கும் 15
அம்மா 18
இரவு 20
அழிவு 22
இரை 23
அழுத நினைவுகள் 24
தீ தந்த மிச்சங்கள் 27
புள்ளிகளும் கோலங்களும் 28
மௌனக்கூடு 29
சௌகர்யம் 30
சிதறல் 31
நிசப்தம் 32
என்னை யார்? 33
வழிப்போக்கில் 34
சங்கிலிகளும் சிறகுகளும் 35
சில்க் சுமிதா என்கிற விஜயலட்சுமிக்காக... 36
முள் சாட்டை 37
உண்மை 38
விறகு 39
கசடுகள் 40
குறும்பூ 41
முரண் 42
யதார்த்தச் சிதைப்பு 43
அறுவடைக்காலம் 44
ஆடுகளம் 46
வாய்ப்பாடு 47
48 கோர்க்காத சரடு
49 மரநிழல் மனிதர்கள்
50 நீ எழுத மறுக்கும் எனதழகு
52 மாற்றம்
53 மறுபடியும்
54 யோக்கியம்
55 முட்கள்
56 நிஜம்
57 தூண்டலும் துலங்கலும்
58 முழுமை
59 மூக்கணாங்கயிறு
60 தொந்தரவு
61 கனவுப் பிரிவு
62 பொன் நினைவு
63 அறுதியிடல்
64 உனக்கான கவிதை
66 குளிராவது
67 கண்ணாடி
68 பிஞ்சுக்கனவு
69 சொல்லாமல் போய் விடு
70 கானல்
71 பேசலாம் பிறகு
72 பனிக்காலப் பதிவுகள்
74 வேறு மாதிரி
75 விடைபெறும் முன்
76 கபடம்
77 காலி பாத்திரம்

மனமறிந்தும்	78		115	அந்தரத்தில் ஓடும் நதி
நட்பைத் தொடர்தல்	79		116	எதிரெதிராய்
முதல் மனுசி	80		117	இன்னும் பலவற்றோடு
கரைந்து போதல்	82		118	போக்கு
காட்சி இரண்டு	83		119	உள்ளொடிதல்
புது மார்கழி	84		120	முன்பொரு காலத்தில்
அசதி	85		121	பூவுடல்கள் - பொய் மொழிகள்
இப்பவும் என் கிராமத்துல...	86		122	மூன்றாவது உலகம்
காலம்	88		123	ஒன்று மற்ற ஒன்று
அதிரவு	89		124	என் மலர்
தொட்டிச்செடி	90		125	குடை சாய்ந்த இரவு
நெஞ்சு பொறுத்திருத்தல்	92		126	தளிர்மொழி
கவிதை பேசும் காலம்	93		127	தீப்பிடிக்கும் வழித்தடங்கள்
நம்பத்தகுந்த சில...	94		128	கடந்துபோதல்
செய்தி	95		129	ஐராவத யானை
அதுவரை	96		130	பழக்கப்பட்ட இருள்
தீண்டல்	97		131	வாழ்க்கை வாழ்வதற்கே
வீடு	98		132	நம்பிக்கை
தவம்	99		133	இரவில் பதுங்கும் பறவை
சிதிலம்	100		134	சோறூற்றிய கிண்ணங்கள் கழுவப்படாமல் கிடக்கின்றன
வழித்துணைகள்	101		136	பார்வையாளர் நேரம்
அழைப்பு	102		137	இரவு பொதி
படிக்காதவர்கள்	103		138	கசந்த நினைவு
பெரிதும்	104		139	சற்றைக்கெல்லம் மறந்துவிடுகிறது
ஒன்றும்... இரண்டும்	105		140	மழைவரும் நேரம்
அப்பாவின் கையெழுத்து	106		141	இன்றைய காட்சி
சென்னைத் தோழிகள் கேள்வி	108		142	இருப்பு குறித்த மூன்று கவிதைகள்
சாம்பல்	109		144	காற்றும்... ஒளியும்...
விருப்பங்கள் பலவும்	110		145	புதிய குறிப்பேடு
சொற்கள்	111		146	அப்போது அலையற்றிருந்தது கடல்
கூட்டாஞ்சோறு	112		148	முந்தைய நாள்
பச்சை மண்	113		149	வராமல் போய்விடுங்கள்
ஏமாந்து திரும்பும் குருவிகள்	114		150	ஒளவையைப் போல்

மீண்டு வரவேண்டும் நீ	151
பெருமை	152
உதிர்வு	153
சுதந்திரத்தைப் பரிசளி	154
ரகசியப் பரிமாறல்	156
இந்நேரம்	157
கடல் மொழியும் விலாங்கு மீன்களும்	158
வி.ஐ.பி. பகுதி	160
சாமியும் அரக்கனும்	162
காதல்	163
தொடர்பு	164
மறதி	165
மாற்றம்	166
சில தினங்களேனும்...	167
பிறகொரு நாள்	168
சொல்லிக் கொள்வதில்லை	169
அரங்கம்	170
பேசிக்கொண்டிருத்தல்	171
உறங்கும் நேரமல்ல	172
எழில்	173
கனமழை	174
பயணம்	175
விலகிச் செல்லும் திருடர்களும் மின்னும் நட்சத்திரங்களும்	176
வண்டியோட்டியின் பாடல்	178
ஒரு வார்த்தை	179
நெய்தல்	180
மகளிர் இருக்கைகள்	181
புது மண்வீடு	182
கலையும் சுவடுகள்	184
வனம் திரும்பாத பறவைகள்	185
ஒளியுமிடம்	187
ஞாயிற்றுக்கிழமையின் நினைவுகள்	188
கொடி படர்ந்த மனசு	190
ஒருவர் விளையாட்டு	191
விடைபெறும் புன்னகை	192
கையறுநிலை	193
சொல்லாமலே	194
நீலநிறப் புடவை	195
பயணம்	196
ஆசைகள்	198
ஒரு கோப்பை தேநீர்	200
பிழைப்பு	201
நினைவில் விழும் கற்கள்	202
சுந்தல் வனம்	203
மழை விளையாட்டு	204
நதியில் துவைத்த துணிகள்	205
உதிரும் வண்ணங்கள்	206
பார்வையாளர் வரிசையிலிருந்து	207
எரிந்துகொண்டேயிருக்கும் மிருகத்தின் உதடுகள்	208
சமகால பெண் கவிகளுக்குள் ஒரு சமூகக்கவி	211
சீக்கிரமா சமச்சிட் தாரேன்... சிடுசிடுன்னு பேசாதய்யா...	214
பகட்டு, பாசாங்கு, பொய்யான பாவனைகள் ஏதுமில்லை	216
மண் சார்ந்த ஏக்கமும் சில ஞாபகத் தழும்புகளும்	220
மனதோடும் உறவாடும் கவிதைகள்	223
கடிதங்களிலிருந்து...	225
தும்பைப்பூ பாடல்கள்	229
கிராமத்துப் பெண்களின் பொது சோகம்	230
மொழியின் காட்டை எரித்த சாம்பல்	232
கிராமத்துப் பெண்ணின் குரல்	235
ஔவை மரபில் ஒரு கவிஞர்	237
இசை முரணும் கவிதைகள்	245

இளவேனில் பாடல்கள் (1990), மௌனக்கூடு (1993), நிசப்தம் (1998),
முதல் மனுசி (2003), பிறகொருநாள் (2005)
அதன்பின் எழுதிய கவிதைகளும் இணைந்த மொத்த தொகுப்பு

அப்பாவிற்கும் அவரது நண்பர்களுக்கும்

மாடு பார்த்துக்கொள்ள
ஒரு கோணிப்பையைப்
போட்டுக்கொண்டு
நான் பள்ளிக்குச் செல்ல
குடை கொடுத்தனுப்பினாய்...

வயல் வேலைக்குச் சென்றிருந்த
ஒரு மழைக்கால ஞாயிறன்று
'படிக்கிறபுள்ள குளிருதாங்கா' தென்று
டீ வாங்கி வந்து கொடுத்துத்
திரும்பும்போது வரப்பிலிருந்து
வழுக்கி விழுந்துவிட்டாய்
சனங்கள் சிரித்துவிட்டனர்
மழைத்துளிகளோடு
என் கண்ணீர்த்துளிகளும்
வயலில் விழுந்ததை அறிந்ததுபோல்
'ஒன்னும் இல்லத்தா
சும்மா கால் வழுக்கீறுச்சு'
நீ விழுந்ததற்கு
எனக்கு ஆறுதல் சொல்லிவிட்டுப்போனாய்!

என் கறுப்பு நிறத்தை
வீடே சேர்ந்து
கிண்டல் செய்யும போதெல்லாம்
‘என் தாயார்போல கருத்தான என் மக’என்று
ஆறுதல் தந்தாய்!

அம்மா பேருந்துக்குச்
சரியாகப் பணம் தரும்போதெல்லாம்
உன் வெற்றிலைப் பொட்டலத்திலிருந்து
சில்லரை பொறுக்கித்தந்தாய்!

தினமும் நான் வரும்
பேருந்து வரும் வரை
டீக்கடை கட்டையில்
உட்கார்ந்திருப்பாய்!
வந்ததும் பத்தடி முன்னால் விட்டு
கூடவரும் யாரிடமாவது
சொல்லிக்கொண்டு வருவாய்
“என் மக,டீச்சருக்குப் படிக்குது
ரேடியாவுலயெல்லாம் பேசியிருக்கு”
அதற்காக.. வீடு வந்ததும்
கால் மணிநேரம் நான் திட்டுவதுகூட
‘பெருமைதான் என்பதாய் சிரிப்பாய்!

குடிக்கும் கஞ்சியில் பாதிக்கும்மேல்
கோழிக்கும் நாய்க்கும் கொட்டி
நிறைந்து போவாய்.

கொடுத்த பொருளை திருப்பிக் கேட்க
உன்னளவிற்குக் கூச்சப்பட்டவர்களை
நான் பார்த்ததே இல்லை.

மாடுகளின் சுழி, வகை, பல், கொம்பு
இவைகளைக் கொண்டு
கேட்பவர்களுக்கு 'நல்லமாடு'
வாங்கித்தர தெரிந்தளவுக்கு
மனிதர்களைப் பற்றி நீ
ஒன்றுமே தெரிந்துகொள்ளவில்லை
நம்புவாய்
எல்லோரையும்.. எப்பவும்.

நீயும்
கயிற்றுக் கட்டிலில் படுத்து
இருமத் தொடங்கிவிட்டாய்.
உனக்கு வாங்கித்தர நினைத்தவைகளில்
ஒன்றுகூட இன்னும்
வாங்கித்தரவில்லை நான்.

இந்நேரத்தில்
உன் கபடமற்ற வாழ்க்கைக்கும்
உன்னைப்போலவே
கள் குடிக்கின்ற
கட்டைச் சுருட்டுப் பிடிக்கின்ற
சோப்பு போட்டுக் குளிக்காத
சட்டை போடாத
படிக்கத் தெரியாத
சைக்கிள் ஓட்டத் தெரியாத

நம் வீட்டுத் திண்ணையில் உன்னோடு
மாடுகள் பற்றியும்
தரகுப் பணம் பற்றியும்
சத்தமாய் பேசிக்கொண்டிருக்கும்
உன் வயதையொத்த
உன் நண்பர்களுக்கும்
இந்தப் புத்தகம் ✪

  - 'நிசப்தம்' தொகுப்பில் இடம்பெற்ற அப்பாவிற்கான சமர்ப்பணக் கதை.

அம்மா

தாலாட்டுப் பாடாம
தனித்தழுக விட்டவளே
காட்டு வேலைக்கென்னை
கதறவிட்டுப் போனவளே

வயது பத்தாகுமுன்னே
வயலுக் கிழுத்தவளே
பள்ளிக்கூடம் போனாக்கா
பணமா குடுக்கிறாங்க
இடுப்புத் துணி சரியில்லாம
படிப்பென்னடி உனக்கு
வாடி வயலுக்கென
வம்பு செஞ்ச எந்தாயே

மணிகணக்கா படிச்சாக்கா
மண்ணெண்ணைக்கு எங்க போவேன்?
பரிட்ச பரிட்சேனு எம்
பாவத்துக் கொட்டுறியே - என
விளக்க அணைக்கச் சொல்லி
வேதனப்பட்டத்தாயே

பரீட்சைக்கு கட்டவேணும்
பணங்குடும்மாயின்னுக் கேட்டா
படிக்கவச்சி எப்பேர்பட்ட
பாவத்தை நான் செஞ்சுபுட்டேன் என
அழுதழுது ஒரு
அஞ்சு ரூபா தந்தவளே

காலுக்குச் செருப்பில்லாம - நான்
கஷ்டப்பட்டு நடக்குறேன்னு
மொட்டக் காலோட நீ
முள்ளு வெட்டி வித்துப்புட்டு
மட்டவிலையில் ஜோடி
செருப்பு வாங்கித் தந்தவளே

வீடு ஒழுகுனப்ப
வேதனய மாத்த நீயும்
'கோடமழதானே
குளிர்ச்சிதான் பெய்யட்டும் போ'னு
ஐப்பசி மாசத்து
அடமழய சொன்னவளே

ஏரோபிளேனாமே
எட்டிப் பறக்குமாமே
நேராக் குதிக்கணுமா
நின்னுக்கிட்டே போவணுமாயென
தொண்ணுத்தி மூனுலேயே துணிச்சலாக் கேட்டவளே

என்னப்பெத்தஎந்தாயே - உன்
பள்ளிக்கூடத்து மக
பாட்டுக்கட்டி பாடுறேம்மா-நான்
எங்க திரிஞ்சாலும் என்
இதயத்துல வாழுகிற
உனக்குத்தான் மொதப்பாட்டு-என்
உயிர் பாடும் தாலாட்டு ✪

இரவு

பொழுது சாய
வயலிலிருந்து
அயிரையுடன்
அக்காவும்... தங்கையும்!

குட்டிகளோடு நரிகள்
வயலில் அலைவதை
ஊளை உணர்த்தும்
அப்பா,
கோடியில் கட்டிய
ஆட்டை அவிழ்த்து
திண்ணையில் கட்டினார்.

வாய்க்காலில்
பாம்பு வாயில் சிக்கிய தவளை
பக்கத்தில்
எமன் வந்ததாய் அலறும்
அம்மா,
புற்றுக்குச் சேவல் அறுப்பதாய்
வேண்டிக் கொண்டாள்.

மறுகாட்சிக்கு
வலிவலம் சென்ற பெண்கள்
பெரிசுகளுக்குத் தெரியாமல்
அலங்கரித்துச் சென்றமைக்கு
அடுப்பங்கரையில் கிடக்கும்
கண்ணாடி,சீப்பு,பவுடர் டப்பா
சாட்சியாய் அமையும்.

பிடிக்காத நபரைப்
போதை சாக்கில்
பொத்தம் பொதுவாகத்
திட்டித் தீர்க்கும்
சாராய வாய்கள்
பதினோரு மணிக்கு
மேல்தான் ஓயும்.

காதோடு ஊர்க்கதையும்
தெருகேட்கப் பொதுக்கதையும்
வாசலில் பாயிட்டு
பேசிய கிழடுகள்
அங்கேயே அசறும்.

கம்ப்யூட்டர் யுகத்திலும்
கரிகாலன் காலமென்ற
தரிசுநிலா அவ்வையின்
ஏளனப் பார்வை
எங்கும் ஒளிரும்
நடை, சண்டை
புலம்பல், கீச்சிடல்
மெல்ல மெல்ல
எல்லாம் ஓயும்
என் மனது
மனதுள் எழுதத் துவங்கும் ✪

அழிவு

வேலைப்பிடி விலக்கி
காலத்தின் மடிகிடந்து
கண்களை இறுகமூடி
யோசிக்கிறேன்
நான் அழிக்கப்படுவதை
செத்துப்போய் வாழ்வதாய்
அபிப்ராயப்பட்டாலும்
உயிரோடு இருப்பது வேறு
அடிக்கடி நினைவு வருகிறது.

எல்லாவற்றிலும் ஜெயிப்பேனென
ஒன்றுவிடாமல் தோற்கிறேன்.
எடுத்துவைக்க வேண்டிய
அடுத்த அடிதூரம்
ஏற்கெனவே
முடிவு செய்யப்படுகிறது.
ஓட்டப்பந்தய நினைவோடு
அளவு பிசகாமல்
அடி வைக்கிறேன்.

கதவுகள் இல்லை
ஜன்னல்களும் இல்லை
உலகே எனதென
அறைக்குள் பறக்கிறேன்
ஒவ்வொரு நிமிடமும்
பிரகாசமாக எரிய வேண்டியுள்ளது
அப்படியும் நாளொன்றுக்கு
பத்துக் குறைகளால் பாராட்டு!
எனவே,
வித்தியாசமாக இரு என நீ
எழுதும்போதெல்லாம்
எரிச்சலாக இருக்கிறது ✦

இரை

கனியும் பழங்களுக்குக் காத்திருக்கையில்
முட்களாய் பெருகி விரட்டியது
என் விளைநிலம்

பின்பொரு வனாந்தரத்தில்
மிருகங்களுடன் பழகி
மழையில் நனைந்து
விண்மீன்கள் கொணர
விழிகளைத் தூண்டில் செய்தேன்

அரிவாள்களோடு வந்தவர்களைக் கண்டு
அஞ்சி முறிந்தன மரங்கள்.
பறவைகள் சிதறி, மிருகங்கள் இறக்க
இரண்டாவதாகவும்
என் நிலை தோற்றது

துரும்பைப் போல்
இழுத்துச் செல்ல நினைத்த
அலைகளிடமும் என்னால்
செல்ல முடியவில்லை

இப்பொழுது உன் தீர்மானங்கள்
என்னை நிறைவேற்றுகின்றன
என்றாலும் உண்மையில் நான்
குவிந்து கிடக்கும் வினாக்களின்
இரையாகத்தான் இருக்கிறேன் ✺

அழுத நினைவுகள்

செத்துப்போன தாத்தா
சுவரோரம் கிடத்தப்பட்டிருந்தார்
அம்மா கதறலைக் கண்டே
நிறையப்பேர் அழுதார்கள்
அக்காக்களும் அழுததைக்கண்டு
விழி விளிம்பில்
எச்சில் கோடிழுத்து
அழும் முகம் காட்டி
பானையிலிருந்த
பழங்களை எண்ணி
வெற்று ஊளையிட்டேன்.

வீட்டிற்குத் தெரியாமல்
அல்லிக் கிழங்கெடுக்கப்போய்
மயில்போட்ட பாவடையைக்
கொடிகளுக்குள் தொலைத்து
எடுத்த கிழங்கையும்
திருட்டுக் கொடுத்து
நிர்வாணமாய் வந்த என்னை
நிமிர்த்தெடுத்தார் அப்பா
கோடியில் உட்கார்ந்து
குமறியழுதேன்..!

நிறைய மீன் மாட்டும்
ராசியான நீல நரம்புத் தூண்டிலை
வரால் அறுத்துச் சென்ற
வருத்தம் தாளாது
தூக்கத்திலும் தேம்பியதாய்
இப்பவும் அம்மா செல்வாள்..!

சில்லு விளையாட்டில்
நெல்காவல் மறக்க
மாடுகள் தின்றுபோனதற்காகக்
கல்லால் அண்ணண்
எறிய வந்ததற்கே
எப்படி அழுதேன் நான்!

மறைத்துவிட்டு
மெல்ல நழுவி
கடைக்குப் போகும்
அம்மாவுடன் தொடர
அடிக்காமலேயே
அழுது புரள்வேன்!

அறுவடை முடிந்த வயலில்
பந்தம் பந்தமாய்
பொறுக்கிவைத்த
கதிர்கள் களவுபோக
நெல்தாள் கிழித்து
காலில் வடியும்
ரத்தத்தைப் பார்த்தே
வாகை நிழலில்
சுருண்டு படுத்து
அரைநாள் அழுதேன்.

சுருட்டை எருமை
அக்கரைக்குப்போக
மாடு திரும்பனும் என்று
இக்கரையில் புதைத்த
தாத்தாவின் தலைமாட்டிலமர்ந்து
அக்கரை ஆளொருவர்
ஓட்டி விடும் வரை
அழுது குவித்தேன்.

குடத்தை உடைத்தது
வாத்தியார் அடித்தது
'சட்னி'யைக் கொட்டிவிட்டு
நானில்லை யென்று
சத்தியம் செய்தழுதது
பதினாலுக்குள்
இப்படி பல அழுகைகள்.

ஒரு நாள் செல்ல மாளுடன்
விறகு வெட்ட போனபோது
பெரியவளானேனென
அழைத்து வரப்பட்டபோது
அம்மா அழுததால்
நானும் அழுதேன்
ஏனென்று தெரியாது ❂

தீ தந்த மிச்சங்கள்

உன் மலர்ந்த முகத்தை
எதிர்கொள்ளும்
விதவிதமான திட்டங்களினால்
காலையிலிருந்து
கழிந்திருக்கும் என் பொழுது

தூரமாய் வரும்
எல்லோர்க்குள்ளும்
உன் சாயல் தேடி
வண்ணக்கோலமாய்
உன்னை வரவேற்க
வாசலில் கிடக்கும்
என் சாயங்காலப் பொழுதுகள்...

வந்து போகாத
அந்திப் பொழுது
தீயாய் சுருக்கி
வடிக்கும் என்னை!

எரிந்த வனத்தின்
கரித்துண்டுகளாக
மறுநாள் உனக்கு
வைத்திருப்பேன்
சில வார்த்தைகள்
பொறுக்கி ✺

புள்ளிகளும் கோலங்களும்

புள்ளி தடுமாறி
வரிசை வளைந்து
போட நேர்ந்த
கோலங்களின் கோடுகள்
துண்டுபட்டு நிற்கும்
சந்திக்க முடியாமல்

இணைக்கும் முயற்சியில்
அசிங்கப்படும் கோலத்தைப்
பெரும்பாலும்
நானே கலைத்துவிடுவேன்
இல்லையேல்
எவரேனும்
கலைத்துவிட்டுப் போய்விடுவார்கள் ✺

மௌனக்கூடு

என் கூடு
கொடூரமான
மௌனங்களால் ஆனது

என் நாக்கு
எனக்காக மட்டும்
பேசமுடியாதபடி
கட்டுப்பட்டுள்ளதால்
என் அலறல்கள்
எனக்குள்ளேயே
அடங்கிப்போகின்றன

சந்தோஷமும்
மிகமிக சோகமானது
தொழிலாளிக்கும் - முதலாளிக்கும்
போராளிக்கும் - குடும்பத்திற்கும்
பெண்ணிற்கும் - ஆணிற்கும்
உள்ள உறவாக
எதனுள்ளும் எவர்க்குள்ளும்
நெருக்கமான எதிர்ப்பே
தொடர்பாய் இருக்க
ஆத்மா மட்டும்
அழுதுகொண்டே உள்ளது ✿

சௌகர்யம்

காலில் தைத்த பின்னர்தான்
உணர முடியும்
செருப்பை மீறும் முட்களை!

புலியோ... கிளியோ...
கூண்டிலிருப்பதே நாகரிகமென
புலியும்... கிளியுமே
எண்ணிக் களிக்கையில்
நான் மட்டும் தனியாக
என்ன செய்வதாம்..?

உதறலோ... ஏற்பதோ...
நெஞ்சுக்குள் செய்துகொண்டு
உன்னிடம்கூட
சொல்லாது வாழ்வதே
உயர்ந்த வாழ்வு
என்பதைவிட இங்கு
வேறென்ன சவுகரியம் சொல்..? ✦

சிதறல்

ஒருவருக்கொருவர்
தெரியாமலேயே
ஒவ்வொருவராய்
உரச முயல்வர்.

பிடிக்காததைப் ப்ரியப்படணும்
பிடித்திருந்தாலும்
'இல்லை' சொல்லணும்.

ஒவ்வொருத்தரும்
சொல்வதை எல்லாம்
உன்னிப்பாக
உற்றுக் கேட்கணும்.

எதையும் எங்கும்
சொல்லவே கூடாது
இயக்கம் சிதறும்
உள்ளங் குமறும்
பெண்ணால் இயக்கப்பிரிவினையென்று
எல்லாப் பழியும்
உன்னைச் சாரும்!

யார் வேண்டுமென்றாலும்
இயக்கத்தில் சேரலாம்
இது பெண்ணியத்திற்காகச்
செயல்களால் போராடும்
சிறந்த இயக்கம் ✤

நிசப்தம்

ஆழ்ந்த நிசப்தத்தில்
உன்னை நீ கேள்
உன் கவிதை தென்படும்.

எழுதத் தெரியாதென்று
ஏமாற்றிக் கொள்வதும்
உனக்கே தெரியும்.

நான் என்ன செய்யக்கூடும்
பேசப் பயப்படும் உன்னிடம்
கேட்க ஆவலுற்ற
செவிகளின் விருப்பத்தை
தெரிவிப்பதைத் தவிர ⚬

என்னை யார்?

தூர - நெருங்கி
கிட்ட - விலகி
உள்ளும் புறமும்
போலி ஆக்கிரமிப்பின்
நிஜ ஜொலிப்பாக
எழுத்தைக் கூட
இயல்பில் விடாமல்
சதா,
மரங்கொத்தியாக
மனிதக் கொத்திகள்
துளைத்துக்கொண்டேயிருப்பதை
எழுதி... எழுதி...
களைத்துப் போவதாய்

லேசாய் தூறும் தூறலும்
ஒட்டாது உருண்டுவிடும்படி
என்னை யார்
மேட்டில் நட்டது? ✪

வழிப்போக்கில்

அவமானங்களால்
விரட்டப்பட்ட இடங்களை
அண்ணாந்து பார்க்கிறது மனம்.

கொள்ளிக்கட்டைகளோடு
வளைத்துக் கொள்கிறது
ஞாபகங்கள்.

சிதறல்களைத்
தெத்துசில் எறிந்துகொண்டிருக்கிறேன்.
விளையாடிக் கொண்டிருப்பதாகப்
பொறாமைப்படுகிறார்கள் ✦

சங்கிலிகளும் சிறகுகளும்

வறட்டுப் பிடிவாதங்களால்
வெளியேற்றப்படுகின்றன
என் பிணைப்புகள்.

கரம் உதறி
திருவிழாக் கூட்டத்தில்
தப்பிக்கத் துடிக்கும்
மாற்றுணர்வுகள் என்னுடையவை.

நமத்துக் கொட்டும்
உத்திரம். ஓடுகள்
சுவரிலிருந்து
கற்கள் விழுந்துகொண்டிருக்கின்றன.

தாயிடமிருந்து
அலற... அலற
குழந்தையைப் பறிக்கும்
பிணம்தின்னிப் பேய்களாய்
பயம் தூக்கத்தைச்
சின்னாபின்னமாக்குகிறது.

கனவுகள்
என்னவாக எங்கே இருக்கின்றன
கவலை
விழியின் ஒளி உறிஞ்சி
கருவளையங்களாகின்றன.

கனவைத் தொடர தப்பித்தவளை
வளைத்துப் பிடித்து உள்ளே தள்ளி
'பழசு' என்பதற்காக
இரக்கப்பட்டு
இறக்கச்சொல்கிறார்கள் ✿

சில்க் சுமிதா என்கிற விஷயலட்சுமிக்காக...

கேமிரா கிறுக்கிப் போட்ட
துண்டுச் சீட்டா?
பிடித்துக் காட்டிய
பெண்மை விளம்பரமா?
எழுதத் தவறிய
இனிய காவியம் நீ.

நடிப்பில் கூட
மனுஷி வேடம்
மறுக்கப்பட்ட நாயகியே...
நீ கவர்ச்சியாகக்
காட்டப்பட்டவள்
கண்களும் உதடுகளும்
கசிந்த போதை உன்னுடையதல்ல
நீயா மோசம்?
அழுகிறேன் சுமிதா.

உன்னோடு ஆடியவரெல்லாம்
குடும்பம் குழந்தையென
கௌரவப் பிரஜைகளாய்.
நீ மட்டும் ஏன் பெண்ணே
மண்ணோடு?

கண்ணீர் மறைக்க மறைக்க
உன் வாழ்வுமீது நூறு கேள்விகள்.

இப்பவும் உன் பிரேதத்தை
கவர்ச்சியாகப் போட்டுக்
காசாக்க எண்ணாதிருந்தால்
அதுவே நெஞ்சார்ந்த
இறுதி அஞ்சலியாக ○

(23.09.1996 இரவு)

முள் சாட்டை

உனக்கென்ன
ஓயாத குளிரா?
எப்பவும் என்னை
எரிய விட்டுக் கொண்டுள்ளாயே...

முள் சாட்டைகளை
இதயத்தில் அடித்துதானா
சரிபார்க்க வேண்டும்?

செதுக்குவதற்குத் தந்ததைம்
கொத்திக் கொண்டிருக்கிறாயே...

அகல்விளக்கின் தோழமைக்கு
புயலை அனுப்பி
புரட்சி என்கிறாயே...

பரிமாற்றங்கள்
வீதி நாடகமாய்
உறவுக் கணக்கில்
உபரியாய்
நெஞ்சுருகும்
நினைவனைத்தும்
தெரியாமல் எரியும் தீ ✸

உண்மை

நீங்கள்
உங்களை தோண்டிச் செல்கையில்
அடியாழத்தில்
ஒரு மூலையில் கேட்கும்
அழுகுரலே...
உண்மைக் குரல்...
கேட்டதுண்டா எப்போதாவது? ❂

விறகு

பிறகென்ன
வார்த்தை கிடைத்தவரை
எழுத்தாய் வடித்துவிட்டு
மிக்க நிதானமாக
விறகுகளுடன் சேர்த்து எரிப்பேன்
எனது வீணையையும் ✿

கசடுகள்

வெறும்
கசடுகள்தான் கவிதை
எரியும் நிலைக்கு
ஏது வார்த்தை? ✱

குறும்பூ

நிகழவே கூடாதென
நினைப்பவைகளே நிகழ
விழித்துக்கொண்டே
விழிகளை மூடிக்கொள்ளும்
இமைகளாய் இருக்கிறேன்.

நினைவுக் கயிற்றறுத்து
வெள்ளத்திலோடும் துரும்பு நெஞ்சு
அடைப்பில் தேங்கும்
பொழுதுகளெல்லாம்
அழுது உதிர்வது
பால்பருகும்
கவிதையின் கன்னத்தில்.

சிரிக்கிறான்
கன்னத்திலிட்ட
மையும் சேர்ந்தாட
வண்ணரோஜா பனி தாங்கி
செடியிலாடுவதைப்போல் ✿

முரண்

நிஜமாயிருக்கிறேன்
முரணானவள் என்று
முகம் சுழிக்கிறார்கள் ✿

யதார்த்தச் சிதைப்பு

நடுநிசியில்
அழும் குழந்தைக்காக
அதட்டி... அடித்து...
எரிச்சலுடன் எழுப்பிவிடாது
தொட்டிலைச் சற்று
இழுத்து விடுவாயா?

என்னை
நீயாக்காமல்
இருப்பாயா நீ? ✿

அறுவடைக்காலம்

அல்லுபகல் உழைப்பவள
அடிக்கக் கைய நீட்டாதய்யா...
சீக்கிரமா சமச்சித்தாரேன்
'சிடு சிடு'னு பேசாதய்யா...

கழுத்தக்கட்டித் தூங்குகிற
கண்மணிக்கு ஆதரவா
துணி மூட்டத் தலயணய
துணையாகச் சேத்துவச்சி
உங்களுக்கு முன்னெழுந்து
உழைப்பவள வையாதய்யா

கஞ்சி கொஞ்சம் ஊத்திக்கிட்டு
கதிரறுக்கப் போகும்போது
கோழிகூட கூவுதில்ல
கொடுமய நான் என்ன சொல்ல

கொட்டுகிற பனியில
குனிஞ்சு அறுக்கயில
அடிவயிறும் நடுங்குதய்யா
ஆரிடத்தில் இதைச் சொல்ல

புள்ளகுட்டி போதுமுனு
பண்ணிக்கிட்ட ஆப்பரேசன் - கதுர
அள்ளிப்போட்டுத் தூக்கயில
முள்ளுபோல குத்துதய்யா
மூச்சுவிடத் திணறுதய்யா

காலயில போகயில
கஞ்சித் தண்ணி குடிச்சானோ?
பள்ளிக்கூடம் போனமகன்
பத்திரமா இருப்பானோ?
கண்ணான அவன எண்ணி
கண்ணும் தண்ணி வடிக்குதய்யா

களத்துல கட்டுடைத்துக்
கச்சிதமா நெல் உதிர்ந்து
காத்து வரும் நேரம் பாத்து
தூத்தி முடிக்குமுன்னே
கண்ணுல விழுந்த தூச
நின்னெடுக்க நேரமேது? அட
ஒன்னுக்கு இருக்கக்கூட
ஒழியுதில்ல நேரமய்யா

கொட்டி குமிஞ்ச நெல்லில்
கொடுத்த கூலி வாங்கிக்கிட்டுக்
குறுகலான வரப்பு வழி
கூலி நெல்லத் தூக்கிக்கிட்டு
எட்டி அடிவச்சும்
எட்டு மணி ஆச்சுதய்யா
பச்சவெறகு பத்த நேரமாகுதய்யா
கண்ணு கலங்குதய்யா
கை நீட்ட நியாயமுண்டா
உழச்சதால உனக்கு மட்டும்
உடம்புவலி தாங்கலேனு
ஊத்திக்கிட்டு சாராயத்த
அல்லு பகல் உழைப்பவள
அடிக்கக் கைய நீட்டாதய்யா
சீக்கிரமா சமச்சிதாரேன்
'சிடு சிடு'னு பேசாதய்யா ✪

ஆடுகளம்

தலைத்தணவில் இருக்கையில்
நிழல்,
நீரில் விழும் நியாயம் பேசி
காணாமல் கண்டு
கண்டு காணாமல்...

ஒரு விளக்கிருக்கிறது
தீக்குச்சியுமிருக்கிறது
ஏற்றி... எதுமில்லாததை
அறிய வேண்டாம்
என்பதற்காக
ஏற்றப்படாதிருக்கிறது!

வாய்ப்பாடு

ஆயிரக்கணக்கில்
சைக்கிள் பார்த்தாலும்
ஓட்ட ஓட்டத்தான்
வாய்ப்பாடு புரிந்தது ✸

கோர்க்காத சரடு

சாம்பல் கலந்த
வெண்ணிறப் பூனாச்சி மணிகளுக்குக்
காடு தேடிப்போன
காலத்தின் இசைச்சரடு
கோர்க்க மறுக்கும்
பவளங்களும... முத்துக்களும்...
சிதறிக் கிடக்கின்றன.

தங்கச் சரடுடன்
எடுக்கத் துடிக்கும்
கைகளின் நீளம்
வளர வளர
நறுக்கப்படுவதை
குருவிகள் பார்த்து வந்து
கதறிய கதறலில்
எங்கெங்கிருந்தோ
நீண்டு பார்க்கின்றன
என் கவிதைகளும் ✪

மரநிழல் மனிதர்கள்

விட்டுப்போன பாத்திரங்களை
வீடு வீடாய்க் கேட்டுப்
பத்த வைக்கும்
நாங்கள் மட்டும்
ஊருக்கொரு பாத்திரமாகச்
சிதறிக் கிடக்கிறோம்
வயிற்றுக்காக ✦

நீ எழுத மறுக்கும் எனதழகு

சேறு அரித்து
சிவந்திருக்கும் கருங்கால்கள்
சோற்றுப் பஞ்சத்தால்
சுருங்கிவிட்ட வயிறு.

'எண்ணெய் தடவு'யென
எப்போதும் முடிபறக்கும்
இருவிழிகள் 'சாப்பிடு' என
குழிக்குள் விழுந்திருக்கும்.

கன்னக் குழியல்ல
கன்னமே குழியாய்
பல்லோடு பதிந்திருக்கும்.
கறுத்த உதடுகள்
வாய்ப்புண்ணாய் வெடித்திருக்கும்.

கவர்ச்சிக்கல்ல
இல்லாத காரணத்தால்
சட்டை கிழிந்திருக்கும்
இழுத்துப் போர்த்த எண்ணி
சேலையும் தோற்றிருக்கும்.

வீட்டிற்குள் வெய்யிலடிக்கும்
வெந்து மனந்தவிக்கும்
பிள்ளை அழுதிருக்கும்
பேச்சற்று வாய்தவிக்கும்
சொல்லமுடியாத சோகத்தால் கண்கள்
சக்தியற்று நீர் வடிக்கும்
எனது அழகுகள் எல்லாம்
இதுவரை தெரிந்ததில்லை
உன் எழுத்து விழிகளுக்கு.
என் வாழ்க்கைக்குள் வந்ததில்லை
உனது கேமராக்கள்.

குறைந்தபட்சம்
அழகிப்போட்டிகள் நடத்தி
என்னைப் பழித்துக்காட்டாமல்
இருக்கக்கூட
நினைப்பதில்லை நீங்கள் ☉

மாற்றம்

பாரதிதாசன்
பெண்களைக்
குடும்ப விளக்கென்று
சொன்னாலும்... சொன்னார்
நம்மவர்கள்
எண்ணெய் ஊற்றி
எரித்தே விடுகிறார்கள்

அடுக்களை நெருப்பில்
அன்றாடம் நின்றும்
நம் உணர்வுகள் இன்னும்
சூடேறவில்லையடி ✪

மறுபடியும்

மையில் கரைக்க
நினைக்கும் எண்ணங்கள்
கண்ணில் கரைகிறது.

வெடித்துக் கிடக்கும்
தாமரைக் குளத்திற்கு
மீன்கள் துடிக்கிறது.

பதைபதைப்பூட்டும்
ஆன்மவிழிகள்
உறங்க மறுக்கிறது.

விழித்திருந்தாலும்
முகத்தின் கண்கள்
தூங்கி வழிகிறது.

முன்சில நாட்களில்
பாடிய பாடல்கள்
இன்னும் ஒலிக்கிறது.

மூச்சாய் பேச்சாய்
இருக்கும் ராகம்
இறந்து கிடக்கிறது.

இனிய நினைவின்
மறுபுறம் எழுத
துயரம் இருக்கிறது

பட்டம் பறித்த
காற்றுக்கென்ன
நூல்தான் துவள்கிறது ✿

யோக்கியம்

கரைகளைக் கரைத்து
காட்டாறாய் நிலைகுலைத்து
உச்சிமலை மீதமர்ந்து
எச்சில் துப்பும்
யோக்கியங்கள்!

முட்கள்

காற்று வந்த பக்கம்
முகம் திருப்பினேன்
காற்றோ...
வேறு திசையில்!

ஒட்டுப்புல் காட்டில்
உருவி உருவி நடப்பது
கஷ்டமென்றாலும்
உருவிய சந்தோஷம்
மனம் நிறைய
ஒட்டிக்கொள்ளும்.

அலையும் கடலும்
அதேதான்
கட்டுமரங்கள்
உயிர்மாறி... உருமாறி...

மரங்கள்
கோபப்படுகின்றன
காற்று
தாலாட்டுவதாகக் கூறித்
தன் பூக்களைத்
தட்டி விடுகிறதென ✪

நிஜம்

பழைய சினிமாபோல்
தாமரைக்குளத்தில்
பாடிக்கொண்டு குளிப்பதுபோலோ
புது சினிமாபோல்
அசைவுக்கொரு ஆடைமாற்றி
பூங்காக்களில்
ஆடுவதுபோலோ
ஒரு நாள் கூட
ஒரு கனவு கூட
வந்ததில்லையெனக்கு... ✿

தூண்டலும் துலங்கலும்

எத்தனையோ
தயக்கங்களுக்குப்பின்
மனம் தேடிச் செல்லும்
ஒவ்வோரிடமும்
பூட்டிக் கிடக்கிறது.

அளவுக்கதிகமாக
செலவாகிக்கொண்ட போகிறது
காலமும்.

வெற்று அலைச்சலில்
நொறுங்குவதை
அப்படியே விட்டுவிடவும்
ஒத்துவராத இயல்பால்
எழுதத்துவளும்
சொற்களுடன் வேறு போராட்டம் ☉

முழுமை

எப்பவும் நீ
எழும்பவும் திரும்பவும்
கடிகாரச் சதுரத்தின்
மும்முள் நான்.

என்னுள் நிறைவேறும்
உன் விருப்பங்களே
தண்டனைகளாய்
உழைத்துப் பெறுவதும்
அனுதாபப் பிச்சையாய்...

நடமாடும் உடைமையாய்...
பாத்திரங்களை புழங்கும்
பாத்திரமாய்
துணிந்து பேசி பயந்து வாழ்ந்து
இல்லை
என்னிடம் கூட
எனக்கென்று தனி மனது.

எனது முழுமை
வெய்யிலில் உருகி
விளைநிலத்தில் பாயவுள்ள
பனிப்பாறைகள்
மேகங்களே
சற்றே விலகுங்களேன் ✦

மூக்கணாங்கயிறு

முன்புபோல் இல்லை
நான் உனக்கும்
நீ எனக்கும்.

என் பட்டியலைக்
கிழித்தெறிகிறது
உன் பார்வை.

வேண்டல்களின்
உச்சிமயிர் பிடித்து
உலுக்குகிறது
உன் உதாசினம்!

கழட்டி விசுறும்
அழுக்குத் துணிகளாகத்
தலைவலியாகிறது
ஆசைகள்.

ஆனாலும்
மூக்கே போனாலும்
கயிறு போகாத மகத்துவமாய்
குருதியில் பிசுபிசுத்துக்கிடக்கும்
பண்பாட்டில் இருக்கிறது பெருமை ☉

தொந்தரவு

தள்ளப்பட்ட குழிக்குள்
அண்ணாந்திருந்தபோது
காலம் நீட்டிய கயிறு
எட்டிப் பிடிப்பதற்குள்
சுருக்காக மாறி
தலை கேட்பதுவும்
ஆச்சர்யங்களில் ஒன்றாக...

இருள் தேவை
பிடித்தமும்கூட
தெரிந்தால்... தூர உட்கார்ந்து
ஒப்பாரி பாடிச் செல்லுங்கள் ✿

கனவுப் பிரிவு

கனவுகளைத்
தனித்தனி மூட்டைகளாக்கி
விருப்பப்பட்டுப் பிரிகிறோம்.

இருக்கலாம்...
என்னைப்போலவே உண்மையாக
உன்னிடமும்
ஒரு குற்றப்பட்டியல்.

ஆனாலும்
கடைசியாகப் பிரிந்தபோது
கடைசியாக எதிர்பார்த்தேன்
கொடுத்துவிட்டுப் போவாய்
குழந்தைக்கு
ஒரு முத்தம் என்று ✺

பொன் நினைவு

ஆறெழு வருடமாய்
அடைமழை பொழியும் நாடு
கானலுக்குக் கானல் ஓடி
களைக்கின்ற பசு
கவிதைக்குத் தனிமை தேடி
அலைகின்ற மனசு.

கந்தல்களைக் கொளுத்தி
நிர்வாணமாய் குளிர்காய
யுகம் பல தாகப்பட்ட
சோகங்களை உறிஞ்ச
பெய்யும் மழையனைத்தும்
முழுமையாய் நனைய
விட்டு வெளியே செல்
நினைவுகளை விலக்கி!

காற்றிற்குத் தீங்கின்றி
கழிவெரிக்கும் என் நெருப்பு
கண்ணீர் தூறல்களில்
கரியாகச் சம்மதியேன்.

மூச்சு மூலிகையால்
உள்நுழையும் பாட்டு
இறுக்கம் தாளாமல்
இறந்தால் உயிர்கரைவேன்.

கட்டிவைத்த பட்டங்கள்
காற்றுவெளி உலவாமல்
பொட்டலமாய் மடிந்து
குப்பைக்குள் போகும்
உன் குடும்பத்துள்
விட்டுவிடு என்னை ✪

அறுதியிடல்

அறுதியிடாமல்
நினைப்பதிலும் பேசுவதிலும்
பெறும் விடுதலையை
அறுதியிடலில் இல்லாமல் போவதை
உணர்ந்திருக்கிறோம்.

நம்பிக்கையற்று இருப்பதையே
துயரக் குறைப்பிற்கான
முயற்சிகளாக
அறிந்து கொண்டிருக்கிறோம்.

அதனால்தான்
பிள்ளைகளுக்கு
பழக்கித்தர வேண்டியவைகளில்
முக்கியமானதாகிறது
ஏமாற்றமும் பிரிவும் ✵

உனக்கான கவிதை

பேசாமலிருந்தேன்
'ஏதாவது பேசு' என்றாய்
பேசிக் கொண்டிருக்கிறேன்
நிறுத்தசொல்லி நீயும்
பேசிக்கொண்டிருக்கிறாய்
இப்படி
பேசிக் கொண்டிருப்பதில்
என்ன இருக்கிறது
பேசாமல் இருந்ததிலாவது
மௌனம் இருந்தது.

குமுறிக்கொண்டிருந்தேன்
மழை பொழிந்தது
ஒரு கவிதை எழுதிவிட்டு
வெளியே வந்தேன்
வெறிச்சோடிக் கிடக்கிறது
வானம்...

விளைச்சல்களைத் துவைத்துவிட்டு
வெளியேறியது யானை
எஞ்சி நிற்கும் கதிர்களுக்கு
எலிகளின் காவல்
பதர்களில்...
பாய்ந்துகொண்டிருக்கிறது நதி.

இமைகளுக்குள்
கண்ணாக இருக்கும் கனவு
புதிய கோளில் குடியேறும்
குதூகல நினைவு
உதிர்ந்துகொண்டிருக்கும்
தன் இறகுகளைப்
பூச்சிகள் இழுத்துச் செல்வதைப்
பார்த்துக் கொண்டிருக்கும் பறவைக்கு.

பாதிவரை வந்து திரும்பிவிட்டாய்
கால்மாட்டிக் கொள்ளும் வெடிப்புகளில்
கசியும் ரத்தமாய்
என்னுடன் வந்துகொண்டேயிருக்கின்றன
உனக்கான கவிதை ✪

குளிராவது

அம்மா...
அடுப்பைப் பற்ற வை
குளிராவது காயலாம் ✺

கண்ணாடி

வகிடெடுக்கவும்
பொட்டு வைத்துக்கொள்ளவும் போதும்
கைதவறி நழுவவிட்ட
கண்ணாடியின் பெரியதுண்டு.
வரும்போதெல்லாம்
சொல்லாமல் இருப்பதில்லை
பக்கத்துவீட்டு மருமகள்
"ஒடஞ்ச கண்ணாடியில
முகம் பார்த்தா குடும்பத்துக்காவாது"
ஆகாமல் போவதற்கு
ஒன்றுமில்லை என்பதறிந்தும்
சரி என்னதான் இருக்கிறது
எனக்கும் அவளுக்கும் பேசிக்கொள்ள
இருந்துவிட்டுப் போகட்டுமே
ஓர் உடைந்த
கண்ணாடித்துண்டாவது ✪

பிஞ்சுக்கனவு

பறக்கிறாய் சந்தோஷத்தில்
பட்டத்துடன்.
மரக்கிளையில் சிக்கச்செய்யும்
கீழக்காற்று என் அதட்டல்
சுற்றப்பட்ட நூலுடனும்
சுருட்டி வைக்கப்பட்ட வாலுடனும்
எனக்குத் தெரியாதென
புத்தகப்பையின் அடியில்
மறைத்து வைத்துவிட்டு
உறங்கிக் கொண்டிருக்கும்
உன் முகத்தில் தோன்றி மறையும்
புன்னகைக்கான கனவு
அதட்டாத அம்மாவைப் பற்றியும்
பட்டதிற்கு மேலே
பறந்து செல்லும்
பறவைகள் பற்றியும் இருக்கலாம் ✪

சொல்லாமல் போய் விடு

பதறித் தவிக்கும் நினைவு கருதி
சொல்லாமல் போய்விடு
நம்பகமற்ற சொற்களை
இனியேனும் ✿

கானல்

வறட்சியால் விளைந்த
சப்பாத்தி இலைகளைத் தட்டி
வடியும் நீரைப்
பார்த்துக் கொண்டிருந்ததில்
பலன் ஏதும் இல்லை

உடைபட்டக் கள்ளிகள்
சபித்திருக்க வேண்டும்

வறட்சி தாளாத நா
தானே வெடித்ததில்
வந்த ரத்தத்தை
நக்கிக் கொண்டன.

கொல்லத் துடித்த நிழலிலிருந்து
தப்பித்ததற்காகக்
குளிரிலும் சுட்டுக் கொண்டுள்ளது
நின்றுகொண்டிருக்கும்
மொட்டப்பாறை ✪

பேசலாம் பிறகு

வியர்வை வழித்து நின்ற கரங்களில்
கூலியாய் வைத்த பிச்சைப் பாத்திரங்கள்
என் சேமிப்புக் கிடங்கின்
பின்புறக் குப்பையில்
விரித்த வலைகள்
சும்மா கிடக்கின்றன
நட்பாகத் தொடரும் நினைவை
உடலாகக் கிடத்தும்
உள்ளம் மாறு
பேசலாம் பிறகு ✪

பனிக்காலப் பதிவுகள்

பயத்தில் விரட்டும் உதடுகள்
அறைக்குள் செல்லும் கால்கள்
வாசலுக்கு வந்து
கையசைக்கத் துடிக்கும் மனமிழத்து
கனக்கும் நிமிடங்கள் தாங்கி
வந்து பார்க்கையில்
தடம் கலைத்துப் பறக்கும்
புழுதியில் கலங்கும் விழிகள்.

கலங்கித் ததும்பும் நெஞ்சம்
வருவதாய்ச் சொன்ன நாளில்
படிகளில் கேட்கும்
காலடியோசை
ஒவ்வொன்றின் போதும்.

நெகிழ்ந்துபோகிறேன்
உன்னோடு பேசிக் கொண்டிருப்பதைவிட
உன்னைப்பற்றி பேசிக் கொண்டிருப்பதில்
இன்னும் கூடுதலாய்.

பேசிக்கொள்வார்கள்தானே
நம்மைப் போல் யாரும்
இருக்கவே முடியாதென
நம்மைப் போலிருக்கும்
நிறைய காதலர்கள்.

பிடிக்கவில்லை திரைப்படம்
பார்த்துக் கொண்டிருக்கிறேன்
பிடித்திருக்கிறது
உன்னுடன் உட்கார்ந்திருப்பது.

மோசமாகத் திட்டினேன்
தீப்பெட்டி கேட்டபோது
சிரித்து மறுத்து
நீ புகைத்து உதிர்த்த
வெண் சாம்பலையும்
சிகரெட் துண்டையும்
பார்த்திருத்தல் தரும்
சிலிர்ப்புக்காகத்
தெரிந்தே தினமும்
பெருக்காமல் விட்டுவிடுகிறேன்
அந்த ஜன்னலோரத்தை மட்டும்.

சூழ்ந்து கொள்கிறது இருள்
நிழலின் கடைசிப்புள்ளி மறைந்தபின்
உதிரத் தொடங்கிவிடுகின்றன
விழிகளில் ஈரமுத்துக்கள்.

எத்தனையோ வேலைகள் கிடந்தாலும்
போர்த்திப் படுத்துக் கொள்கிறது மனசு
'ச்சோ'வென மழை கொட்ட வேண்டும்
அல்லது
உடல் நடுங்கி அனல்பறக்கும் காய்ச்சலில்
தவிக்க வேண்டும் ஆசையோடு ✪

வேறு மாதிரி

வலைகளுக்குள் அலையும் வாழ்வு
மின்னோட்டமுள்ள கம்பிகளாய்
அறுந்துவிழும் கவனத்துடன்

கலவரப்படுத்தி
திறக்க வைக்கும்
மனப்பிரமைகளால் கதவிடுக்குகளில்
பதிந்து கிடக்கின்றன விழிகள்

தொளதொளத்து
முடிச்சவிழக் காத்திருக்கும்
உள்ளீடற்ற பொட்டலங்கள்
வரையப்படாத சித்திரம் பற்றி
வந்து கொண்டிருக்கும் விமர்சனங்கள்

பேச்சைத் துவக்கும் முயற்சிகள்
விழுந்தொடிந்து
சிதைந்த வண்ணமிருக்கின்றன
இலைதழை நிரப்பப்பட்ட விழிகளில்

கவிதைகளுக்கு
விளக்கம் கேட்டால்
வேறுமாதிரி
சொல்லிக் கொண்டிருக்கிறேன் ⊙

விடைபெறும் முன்

கூறியிருக்கலாம் நானோ நீயோ
யாரிடமாவது
எனது உனது
அந்தரங்கம் குறித்து
சொந்தப் புனைவுகளோடு
கையொப்பமிடும்போது
பாராமுகத்துடன்
விலகினோம் மதியம்.

மாலை எப்பவும்போல்
புன்னைகைத்து... கையசைத்து
விடைபெறுவோம் தோழி.
நேற்று
குஜராத்தில் பூகம்பம் ✪

கபடம்

வந்தவுடன்
ஆடை தளர்த்திக்கொள்ளல்
அழுதுவிட்டு
முகம் கழுவிக்கொள்ளல்
தலைவலிக்குத்
தைலமிட்டுக் கொள்ளல்
வேலைகளை
முடிக்கும்வரை உறங்கி
குழந்தை தந்த நிம்மதி
இவற்றினூடே உன்னை...
அறியாமல் அல்ல
உன் கபடங்களோடு
சேர்த்தே அணைத்துக்கொள்கிறேன் ✪

காலி பாத்திரம்

வெடித்துக் கிடக்கிறது நிலம்
வரவேண்டிய நதியின்
வழியெங்கும் தடைகள்
வெம்பிச் சாகிறார்கள்
விளையவேண்டிய
பிள்ளைகள் ✪

மனமறிந்தும்

வேர் பறித்து கிடக்கும் குழிகளில்
கருவேலம் பூக்களை
நிரப்பிச் செல்லும் மென்காற்று.

வந்துபோகும் ஒரே ஆறுதல்
இத்துப்போன கீற்றுகளினூடே
ஈரங்கலந்த தென்றல்.

வருத்தம் என்னவென்று தெரியவில்லை
வருவதில்லை வீட்டுக்கு
பக்கத்து வீட்டுப்பெண்.

வந்துகொண்டிருக்கிறது
நாள்தோறும்
அவள் வீட்டுக் கொல்லையில் பூக்கும் மல்லிகை வாசம்

நட்பைத் தொடர்தல்

நீயே பார்த்ததாக
நீயே கேட்டதாக
அடுத்தவர் குறித்து
அடுத்தவர் மனதில்
அடுத்தவர் சேர்த்து
அடுத்தவர்களிடம்
அளந்துவிட்டுக் கொண்டிரு.

உன் குடும்பம் குழப்படிகளில்
யார் யாருக்கோ யார் யாரிடமோ
மாறாக இருந்த எல்லாவற்றையும்
உட்புறம் தள்ளி.

பார்த்தவர் பாராதவர்
கேட்பவர் கேளாதவரிடமெல்லாம்
மிக்க மதிப்பாக
ஏதாவது சொல்லிக்கொண்டேயிரு
பக்கத்தில் எதிரில் அருகிலிருக்கும்
எவனையும் எவளையும் எதனையும் கேலிபேசு.
எதிரியாய் இருந்தே நட்பைத் தொடரு
நண்பர்களிடமும் ✪

முதல் மனுசி

அறியாத பெரும்சுகம்
தின்னாத கனி தின்ற கிறக்கத்தில்
உடற்சோர்வு தெளிந்தது
நீரோடை முங்கலில்
ஏன் இந்த மனம் மட்டும்
அவனையே நினைக்கிறது?
சருகுகளில் நடக்கும்
மிருகங்களின் காலடியோசையில்
அதிர்ந்து விழுவதேன் ஆன்மா?
வருவானோ... வருவானோ...
தீராத தேடலின் தவிப்பில்
புயலாய் வந்தான்.
புதைந்து கிடந்தாள் மார்பில்...
அவனும் அப்படித்தான்.
ஒளிந்தொளிந்து வந்த
பொழுதுகளின் ஓட்டத்தில்
குளிர்ந்த நீர் புளித்த காய்கனிகள்
கொஞ்சம் பிடித்தன ஏவாளின் வாய்க்கு.
ஆதாமைப் பார்த்தாலே
அலுப்பாக இருந்தது.
ஒளிந்த பொழுதுகள்
யுகங்களாய்க் கனக்க
நீர்நிலைக் கரையில்
புரண்டு புரண்டவள்
அழுததைப் பார்த்து
அலைகள் எழுந்தன.

*கண்ணீர் வழிந்ததில்... உமிழ்ந்ததில்
கரிக்கத் தொடங்கியது
சமுத்திரம்.
இன்னதென்று சொல்ல யாருமற்றவளின்
கலங்கிய சித்தம் கண்டிருந்த மேகம்
கறுத்துப் பொழிந்தன.
அசைவது யார் சிறகாய் வயிற்றில்?
சிலிர்ப்பதேன் உடல் மெல்லிய சிலிர்ப்பில்?
இடமும் வலமும் புரண்டுகொண்டிருப்பது
என்னவாயிருக்கும்?
சிரிப்பு வருவதேன் வலியிலும்?
ஏவாளுக்கு ஏதோ புரிந்த
அந்த நொடியில்தான்
தாய்மனம் பிறந்தது.
தவிப்பில் கரைந்த
காலத்திலோர் நாள்
பச்சை இலைகள் உதிர்ந்தன
கானகம் கிடுகிடுக்கும்
கதறலில்... துடிப்பில்...
அலறியடித்து ஓடின மிருகங்கள்
பறவைகள் பறந்தன.
விடிவதற்கு முன்பே
ஏவாளுக்கு என்னவாயிற்று?
ஆதாம் அழுதான் முதன்முறையாக
ரத்தம் தெறிக்க வந்து அழுத
முதல் குழந்தையின் தொப்புள்கொடியை
கூரிய நகத்தால்
அறுத்துத் தூக்கினான்.
மயக்கத்திலும் ஏவாளின் கைகள்
எதைத்தேடி அலைகிறது?
அருகில் கிடத்தினான்.
அணைத்து சேர்த்துக் கொண்டாள் ஏவாள்
மழலை தானே பருகியது பால்* ⊙

கரைந்து போதல்

நனைந்த பறவையின்
சிலிர்ப்பில் தெறிக்கும்
துளிகளின் பரவசத்தோடு
பசுமை பொங்க
சிலிர்த்து நின்றது மரம்
இத்தனை காலம் மழை
வராமலிருந்த கோபந்தள்ளி.

மண்ணோடு கரைந்தோடும்
உயிர்பார்த்து ரசித்திருப்பேன்
பேய் மழையில்
நடுங்கி ஒதுங்க வரமாட்டேன்
ஒருபோதும்
உங்கள் கௌரவத்தின் தாழ்வாரத்தில்.

விட்டுவிட்டுப் பெய்யும் மழையில்
விடாமல் ஓடிக்கொண்டிருக்கின்றன
முந்தைய வருடங்களின்
மழையும் ✪

காட்சி இரண்டு

வற்றிக் கொண்டிருக்கும்
வாய்க்காலின் நாணல் புதரோரம்
ஒளிந்துகிடக்கும் குழித்தண்ணீர்
உச்சி வெய்யிலில் தனிமையில்
தப்புக் கதிர் பொறுக்கும்
சிறுமியின் தாகம் தீர்க்க.

குமுறிக் குமுறி எழுந்துவந்தும்
கரைதாண்டமுடியா அலைகளை
நின்றோ... அமர்ந்தோ பார்த்துவிட்டு
வீட்டிற்குத் திரும்பும் மனிதர்கள் ⊙

புது மார்கழி

மாநகர் வந்து
மாதங்கள் பல ஓடிவிட்டன
பொருட்களை
ஏற்றி வந்துவிட்டேன் அப்போதே
வராமல் அடம்பிடித்துக் கொண்டிருக்கும்
இந்த மனசைத்தான்
எப்படிக் கொண்டுவருவதென
தெரியவில்லை.

வாசல்களில் போடப்படும்
பெரிய கோலங்களைப் பார்த்துதான்
மார்கழியை உணரமுடிகிறதிங்கு.
அருகம்புல்லில் துளிர்த்திருக்கும்
பனித்துளிகளை மிதித்து உடைத்து
முழங்காலுக்குக் கீழ் நனைந்த துணியின்
குளிர்ந்த ஒட்டலோடு
பூப்பறிக்கவோ... புல்லறுக்கவோ
முள்கீறி இலந்தைப்பழம் பொறுக்கவோ
படிக்கவோ... எழுதவோ செல்லாத
என் முதல் மாநகர் மார்கழி இது ✺

அசதி

காலை விழிப்பில்
கண்சிமிட்டும் கவிதைகளை
காபி சிற்றுண்டி
மதிய உணவுத் தயாரிப்பில்
கண்டுகொள்ள முடிவதில்லை

நறுக்கிய காய்கறிகளின் கழிவை
ஒதுக்க நேரமற்று
பாத்திரங்களை குவித்துப் போட்டு
அவசரமாய் முடி ஒதுக்கி
ஓட்டமும் நடையுமாய்
பேருந்து நிலையம்.
பேருந்தில் நின்றபடி
காட்சிகளைப்
பார்த்து... பாராதிருக்கையில்
பளிச்சிட்டு மறையும்
கவிதை வரிகள்.
வீடு திரும்பி
பெருக்கியபோதும்
பாத்திரம் தேய்த்தபோதும்
தோசை ஊற்றியபோதும்
பால் சூடாக்கியபோதும்கூட
நினைத்துக் கொண்டேயிருந்தேன்
எழுதிவிட்டுத்தான் படுக்கவேண்டுமென்று
இன்றைக்கும் வந்துவிட்டதெனக்கு
கவிதைக்கு முன்
தூக்கம் ✦

இப்பவும் என் கிராமத்துல...

நேத்து பொறந்த பய
பேரு சொல்லிக் கூப்புடுகிறான்
'ஆளு நடவாளு'னு
அப்பங்காரன் சொல்லித்தாரான்.

வேல கெடச்சாலும்
வித்த பல கத்தாலும்
வாடகக்கி வீடு கேட்டா
சாதி கேட்டு இல்லேங்கிறான்.

களத்த செதுக்குவோம்
காவடியுந் தூக்குவோம்
அம்மன குளியாட்ட
ஆழ்கெணறும் வெட்டுவோம்
அபிசேவம் பண்ணயில
வெளியிலதான் நிக்கிறோம்.

ஆண்ட நொழஞ்சாதான்
கற்பூரம் காட்டுறாங்க
அவருக்கு மட்டுந்தாங்க
பிரசாதம் நீட்டுறாங்க
விபூதிய அள்ளிப்போட்டு
‘வெலகு... வெலகு’ங்கிறார்
கேவலத்த தாங்கிக்கிட்டு
கோயிலுக்குப் போயி வாரோம்.

கல்லு செலய வச்சி
காசுபோட உண்டி வச்சி
எல்லாமே சாமிக்கென
சொல்லிப் பொழச்சிக்கிட்டு
அநியாயந்தான் பண்ணுறாங்க.

பட்டுசேல கட்டிக்கிட்டு
பவளத்தோடு போட்டுக்கிட்டு
நெய்யும், பருப்புமா
நெதம் திங்கும் பொம்பளங்க
உடம்பு எளக்கனும்னு - கோயிலுக்கு
ஓயாம வந்துபோறா...
அய்யிருக்கும்... சாமிக்கும்
அவளப்புடிக்காம
கட்டிப் பழஞ்சோறும்
சுட்டமௌகாயும்
வேலத் தளத்துலேயே
வெரசாக சாப்பிடுற
எங்களயாப் பிடிக்கும்?
வெளியில நின்னுதாங்க- சாமிக்கிட்ட
வேதனய சொல்லி வாரோம்.

புள்ளங்கள கூட்டிப்போயி
பள்ளிக்கூடம் சேக்கயில
எங்களயும் ‘இந்து’னுதான்
எழுதிக்கிறான் அவனாவே...
எதுக்குப்பின்ன ஏமாத்துறான்? ✪

காலம்

தன் வழியில் எவர்க்கும்
திரும்பி பறக்காது
விரைந்து செல்லும்
பெரும்பறவை ✪

அதிர்வு

உள் நீந்தும் பிள்ளை
அலைவிரியும் கடற்பரப்பு
அடிவயிறு
கணப்பொழுதும் ஓயாமல்
அதிர்ந்திருக்கும் பெருங்காடு
நிறைமாத் கர்ப்பத்தில்
தனித்திருக்கும் பெண் மனது.

பயந்து பயந்து
நடக்கும் ஆட்டுக்குட்டி
வழியெங்கும்
கசாப்புக் கடைகள்
எதிர்ப்படமாட்டாரா
இயேசு கிறிஸ்து! ✪

தொட்டிச்செடி

வேண்டும் கண்மணியே
உன்னுள் நீயே ஊற்றி ஊற்றி
துளிர்க்க வைத்துக் கொள்ளும்
காயங்களும்... அனுபவங்களும்

போ...
நகர வீதிகளில்
இடறலில் கிலுக்கும்
குளிர்பான மூடிகளையேனும்
டப்பாக்களில் அடைத்து
குலுக்கிக் கொண்டிரு.

கள்ளிப்பழம் தேடி
அருகம்புல்லில் முள் உரசி
உண்டு மகிழ்வதில்
உள்நாக்கு வரை சிவக்கும்
அனுபவம் இல்லாது
செய்துவிட்டேன் உனக்கு.

தேக்கின் கொழுந்து தேய்த்த
உள்ளங்கை சிவப்பை
சூரியனுக்குக் காட்டவிடாமல்
கூட்டி வந்துவிட்டேன்

பட்டு வண்ண இறகுகள் பொறுக்கி
அதே நிறத்தில் பண்டிகைக்கு
உடை கேட்டழும் உன்னை
அதட்டியபடி பெருமிதம்கொள்ளும்
வாய்ப்பிழந்தேன்.

நாணல் கயிறு திரித்து
நத்தாங்கூடு சலங்கைக்கட்டி
பூவரசமரம் பூவுதிர்த்துக் கைதட்டும்
நாட்டிய அரங்கத்தைக்
கெடுத்ததும் நானே.

'ஆட்டோ'வில் 'ஸ்கூல்' போய்
அபார்ட்மெண்ட் டப்பாக்களில்
அடைபட்டு...
மண்ணில் வேரூன்றா
தொட்டிச் செடியைத்
தொட்டு நிற்கும்
தொட்டிச் செடியோ நீ..? ✿

நெஞ்சு பொறுத்திருத்தல்

உன் சிறு மறுதலிப்பும்
தாங்காத நெஞ்சுடன்
தாங்கிக் கொண்டிருக்கிறேன்
அனைத்தையும் ✿

கவிதை பேசும் காலம்

வண்ணக் கவிதைகள்
தும்பைப் பூச் செடிகளில்
வண்ணத்துப் பூச்சிகள்

மினுமினுக்கும் கனவுகள்
ஜன்னலுக்கு வெளியே
மொய்த்துக் கொண்டிருக்கும்
மினுக்கட்டான்கள்

ஒருவரிச் செய்திகள்
ஒளிவெட்டு மின்னல்கள்

பகல் முடி உலர்த்தும் காட்சி
இரவு

அடர்கரும் கேசத்தில்
செருகப்பட்ட
அலங்காரச் சிட்டிப்பூக்கள்
நிலவும் நட்சத்திரங்களும்

கனிவு-பனி
சினேகம்-மழை
புயல்- பூகம்ப எரிமலை
கோபக் கவிதைகள் ☉

நம்பத்தகுந்த சில...

நெஞ்சடைக்கும் துயரங்களைப்
பூவரச மொட்டுகள் பார்த்து
புலம்பினேன்
பூத்து விசிறியபோது
அறிந்து நெகிழ்ந்தேன்
அதன் ஆறுதல் மொழியை.

ஆன்டனாவில் அமர்ந்திருந்த
காகத்திடம் சொன்னேன்.
கரைந்து... பறந்தது
பகிர்தலாய்.

பூனையின் பளிங்குக் கண் பார்த்து
கூறினேன்
'நானிருக்கிறேன்' என்பதாய்
வால் உரச நெருங்கி
உட்கார்ந்துகொண்டது என்னோடு.

நதி நீரில் கலந்தேன்
சூடிச்சென்ற செம்பருத்திப்பூவை
கால்களில் மோதச்செய்து
நிறுத்தியது.
'எடுத்து கண்களை துடைத்துக்கொள்' என்பதாக.

நினைவுகளும் காற்றும் நிரம்பியே
அறையிடம் அழுதழுது சொன்னேன்
கவியெழுத வைத்தது.
விட்டிருக்கலாம் அத்துடன்
உன்னிடம் கூறாமல் ✵

செய்தி

அவரிடம் தேதி வாங்க
இவர் வந்திருந்தார்
இவரைச் சந்திக்க
அவர் வந்திருந்தார்
வந்தவர்
மேடையில் பேசிக்கொண்டிருந்தார்
வராதவர் பற்றி
கீழிருந்தோர் பேசிக்கொண்டிருந்தார்கள்

"அரங்கு நிறைந்த கூட்டத்துடன்
சிறப்பாக நடைபெற்றது நிகழ்ச்சி" செய்தி ❂

அதுவரை

இழுத்துக் கட்டப்படும்
கன்றுக்குட்டியின்
ஏக்கம் குறித்து
என்ன பேசிவிட முடியும்?
மடி பார்த்தே பழக்கப்பட்ட
வியாபாரிகளிடமும் தரகர்களிடமும்

கடைவாய்ப் புண்ணோடு
அழுக்கணிந்து
எழுதுகோல், குறிப்பேடின்றி
கூச்சத்தில் அவமானத்தில்
மறைந்திருக்கும் மாணாக்கனின்
பாடத்தைப் புரிந்துகொண்ட
மின்னும் கண்களைப்
பொங்கும் மனதைப் புரிந்துகொள்ளும்
நல்லாசிரியர்களில் ஒருவரையேனும்
அடுத்தடுத்த வகுப்புகளில்
சந்திக்கக்கூடும்
அதுவரை
திமிறிக் கொண்டிருக்கும்
நம்பிக்கையின்
வாலையோ, தும்பையோ
தொட்டுக் கொண்டாவதிருப்போம் ✦

தீண்டல்

தீண்டிவிட்டுப் பனையேறி
சுடுகாடு பார்க்கிற நாகம்
எரிவது
உடனே தெரியவேண்டும் அதற்கு
எரிந்துகொண்டிருக்கிறது
அதன்மீதான நம்பிக்கைகள் ✧

வீடு

ஜன்னலுக்கு வெளியே
சாய்ந்திருப்பது யார்?
நள்ளிரவு விழிப்பில்
பயந்த பின்பே...
நினைவிற்கு வரும்
மாடிப்படிகள்

கைக்கெட்டாத தூரத்தில்
பழுத்து உதிரும்
பப்பாளிப் பழங்களைப்
பார்த்திருந்ததில்
இன்றைக்குப்
பொங்கி வழிந்துவிட்டது பால்

ஜன்னல் கம்பிகளிலுள்ள
சிலந்தி வலையைக் கூட தட்டிவிடாமல்
என்னதான் குடித்தனம் நடத்துகிறாயோ?
திட்டிவிட்டுப் போகிறாள் சுமதி

ஜன்னலை மெல்ல மூடி
திறந்துகொண்டிருப்பதையும்
காற்று பலமாக வீசும்போது
பதறிக்கொண்டிருப்பதையும் சொன்னால்
'பைத்தியம்' என்பாள் ✿

தவம்

சுள்ளி பொறுக்கி
சிறுகூடு கட்டி வாழும்
இலட்சியத்தைப்
பொறுக்கி வைத்திருந்த
சுள்ளிக் குச்சிகளோடு
ஒதுக்கித் தள்ளிவிட்டு
உட்கார்ந்திருந்தது குருவி.
சூரிய உக்கிரத்தில்
கடுங்காற்றில்
மழையில்
பனிப்பொழிவில்
இணையின்
சிறகொலி கேட்க ✪

சிதிலம்

பூச்சுகளால் மறைக்க முடியாத
சிதிலங்களில் செருகப்பட்ட ஆணிகளில்
கிழிபட்டுத் தொங்கும்
புதுச்சட்டை கௌரவம்.

திரையில் தெரியா
உள்ளரங்க வெளிகளில்
நூலிழுக்கும் கைகள்
குலுக்கிக் கொள்ளும் மகிழ்வு.

ஞாபக அரங்குகளின்
நவீன படிமங்கள்
தெரியாமல் அமர்ந்திருக்கும்
பார்வையாளர் அன்பளிப்பு
நூல் நூற்ற நெஞ்சுக்கு
நிர்வாணப்பரிசு ✦

வழித்துணைகள்

நகங்கள் தவிர ஆயுதம் சிலவும்
உதைகளுக்கு விழாத பலத்த கதவும்
சிரித்துப்பேசும் இயல்பை ஒழித்தும்
புத்தகங்களில் ப்ரியம் வளர்த்தும்
அறிவுஜீவிகளின் நட்பைத் தவிர்த்தும்
தனிப்பயணத்தில் உள்ளங்களித்தும்
பேச்சரிவாளுடன் எதிர்படுவோர் விலகி
வேகங்கூட்டி வீட்டில் நுழைந்து
அழுது கரையும் யுத்திகள் பலவும்

அழைப்பு

பறக்கும் வலியில்
உதிரும் இறகுகள்
பெருகும் கண்ணீர்
மௌன வெளிகளில்
சுழலில் அமிழும்
உயிரின் சிண்டுபிடித்து
இழுப்பதைத் தடுக்க
ஆறுதல் பொய்பேச
அழைக்கும் துரோகம் ✲

படிக்காதவர்கள்

ஆட்டுக்குட்டியை
மடியில் போட்டு
ஈத்திக் கொண்டிருக்கும்
அம்மாவும்
பசுவிற்கு
உண்ணி பிடுங்கி நிற்கும்
அப்பாவும்
படித்ததில்லை...
'உயிர்களிடத்தில் அன்பு வேணும்' ✻

பெரிதும்

கட்சிகளின்
ஏராளப் பிரிவுகளால்
தாராளமயமாக்கப்பட்ட
நன்மைகள் பெரிதும்
நாய்களுக்கே...
வீதிகள் தோறும்
கால் தூக்க
ஒன்றுக்குப் பத்தாய்
கொடி மரங்கள் ✪

ஒன்றும்... இரண்டும்

குழந்தை விரைவில் உறங்க
விளக்கணைத்து
வந்த கவிதை பார்க்க
விழித்திருந்து ஒளியேற்றுகையில்
சட்டென விழித்து
விளையாட முற்படும்
பிள்ளை உறங்க
மீண்டும் இருளில்.

புத்தகங்கள் எடைக்குப் போடுதல்
கவிதைகளை எரித்தல்
ஒட்டடைகளைத் தட்டிவிடுதல்
வீட்டைக் கழுவுதல்
விளக்கை அணைத்தல்
இப்படி முடியாது
ப்ரியங்களில் வரும்
இழிவுகளை அப்புறப்படுத்த ✪

அப்பாவின் கையெழுத்து

வண்டுகடி பூநிற
மதிப்பெண் அட்டை நீட்டி
"கையெழுத்து வாங்கிட்டு
வரச்சொன்னாங்க சாரு"
அழுக்குடன் வெய்யிலில் கிடந்ததால்
மடமடத்து நிற்கும்
பாவாடை கசக்கி நிற்பேன்.

"எதுக்குத்தா இது என்ன போட்டுருக்காக?
"நான் எவ்வளவு மார்க் வாங்கியிருக்கேனு
போட்ருக்காங்க"

"ஆமா... அதாம் நமக்குப் படியளக்கப்போவுது
கோட்டயில பெண் பொறந்தாலும்
போட்ட புள்ளி தப்பாதுனு
எங்கிட்டுப்போயி இழுபடப் போவுதோ...
அங்குட்டு வீசிட்டு
ஆவுற சோலிய பாப்பியளா"
கொல்லையிலிருந்து
முள் நறுக்கிக் கொண்டு
கத்தும் அம்மா.

"நீ கையெழுத்துப் போட்டா நேரமாயிடும்
இங்க் தடவுறேன் ரேக வையுப்பா"
பறப்பேன் நான்.

யாம்... யாம்... நான் என்னா
கையெழுத்துப் போடத் தெரியாதவனா
கையெழுத்துப் போட்டுத்தான்
ஓட்டுக்கூட போட்டேன்"
பேனா பிடிப்பார்
கலப்பைபோல் அழுத்தி.
அட்டைகிழிந்து அடிவாங்கும் பயத்தில்
துடிக்கும் மனசு.

உச்சி வெய்யிலில்
பட்டென வெடிக்கும் உளுத்தம் நெத்தாய்
சடக்கென முகம் நிமிர்த்தி
சந்தேகம் கேட்பார்
“வழிவிட்டான் மயன்
சன்னாசினுதானத்தா போடணும்.
“வ போட்டு புள்ளிவச்சி
ஒம்பேர எழுதுப்பா நேரமாவுது”

என் அவசரத்தில் தடுமாறி
“அந்தச் சிலேட்டுப் பலகையை எடுத்து
எம்பேர எழுதுத்தா
பாத்து... பாத்து வெரசா எழுதிர்றேன்”
மாடொன்றைத் தவறவிட்டு வந்து பண்ணையார் முன்
பயந்தொடுங்கி நிற்கும் மேய்ப்பவராய்த் தாழும் அவர் குரல்.

“இதுக்குத்தான் அப்பவே சொன்னேன்
ரேக வையுனு” திட்டியபடி
எழுதி வைக்கும் பெயரைப்
பார்த்து... பார்த்து எழுதிக்கொண்டிருக்கும்போது
போதாமல் போய்விடும் இடம்.
“அடுத்தக் கோட்டுல
மடிச்சி எழுதவா” என்பார்
அழுகை வந்துவிடும் எனக்கு
“அடுத்த பரிட்சைக்கித்தான்
அங்க எழுதணும்” என்று
அட்டையைப் பறித்துக் கொண்டு
அவர் பெயரில் குறையும்
ஓரெழுத்தையோ... ரெண்டெழுத்தையோ...
மதகில் அமர்ந்து நானே எழுதி
போனதடவ மாதிரி
எல்லார்ட்டயும் காட்டி
சொல்லி சிரிக்காம இருக்கணுமே
சுப்ரமணிய சாரு என்ற
கவலையோடு நுழைவேன் வகுப்பில் ✪

சென்னைத் தோழிகள் கேள்வி

"நான் பேசும்போதெல்லாம்
கூடக் கூடச் சிரிக்கிறீர்களே ஏன்?"
"பீச்சப்போயி கடற்கரங்கிறே
பேப்பர செய்தித்தாள்ங்கிறே
ஸ்கூல பள்ளிங்கிறே
ஃபிரெண்ட தோழிங்கிறே
சிரிப்பு வராதா எங்களுக்கு?" ✵

சாம்பல்

திக்கற்றுப் பறக்கும்
ராட்சஸப் பறவையின்
கூரிய கால்களில்
கிழிபட்டுத் தொங்கும்
சாம்பல் மூட்டை
நீயும் உன் நினைவுகளும்
நிராகரித்த நான் ✲

விருப்பங்கள் பலவும்

உச்சி வெய்யிலில் சுருண்டு கிடக்கும்
தளிர்மனதிற்கு
ஓட்டைக்கை அள்ளிவரும் தண்ணீர்
வடிந்து உலர்ந்து
உடன் குந்தி வருந்தி
உடனே புறப்படும்
விருப்பங்கள் பலவும் ✪

சொற்கள்

விளைந்து குவியும் செல்வங்களை
அளக்காமல் அள்ளிவிட்டு
ஆயிரம் பேசி சிரிக்கும் மனம்
இப்போதில்லை எவரிடமும்.

புழுத்துத் திரியும்
புகழ்ந்தெழுதி சிதைந்த
கவிகளின் அருவெறுப்போடு
என்னுடன் மட்டும்
பேசிக் கொள்கிறேன்
என் சொற்களை ✪

கூட்டாஞ்சோறு

சோறு பொங்கி குலவைபோட்டு
கும்மியடித்து ஒன்றுகூடி
உண்டு மகிழ்ந்தனர்
காணும் பொங்கலில்
குடியானப் பெண்களும்
சேரிப் பெண்களும்
அவரவர் தெருக்களில் ✿

பச்சை மண்

சாவின் குரல்வளை
நீலமாய் உயிர்க்க
பார்வதி தேவியின்
பயம் விலகி... இணைய வரும்
அதிகாலைக்காக
பச்சையாய்க் கிடக்கிறது
மண் ✲

ஏமாந்து திரும்பும் குருவிகள்

குதிர்கள் உடைபட்டு
குப்பைகளில் கிடக்க
நிலைப்படியில் கட்டும்
பிடிக்கதிர்க்கு ஏங்கி
தரிசாய்க் கிடக்கிற
விவசாயக் குடியிலிருந்து
இனி யார் அழைக்கக் கூடும்
மனம் நொந்து படுத்திருக்கும் முதியோரைக்
கூளங்கள் சேகரித்து சகதிபிசைந்து
குதிர் செய்வதற்கு

களங்களில் தகதகக்கும்
தங்கமேடுகளைக் கலைத்து மிதித்து
முத்துதிர்க்கும் காளைகள்
லாரிகளில் ஏற்றப்பட்டு
'பீப் பிரியாணி ஸ்டால்' களில்
ஆவி பறக்கின்றன.

கதிர் கொறிக்க வந்து
ஏமாந்து திரும்பும் குருவிகளுக்கு
எப்படிச் சொல்வது
பொங்கல் வாழ்த்து ✺

அந்தரத்தில் ஓடும் நதி

எரிந்தெரிந்து வந்து அள்ளிக்குடிக்க
முகம் கழுவ கால் நனைக்க
விழுந்து குளிக்க ஓடிக்கொண்டிருந்த
ஒற்றை நதி
மெல்லிய கோடாய்
அந்தரத்தில் ஓடும்
நினைவு நதியானது இப்போது
சுமந்த உடலை... மனத்தை
காட்சி விலக்கி... கண்ணீர் நிறுத்தி
என்றைக்கு மே...
முடிக்க முடியாதென்றே தோன்றுகிறது
இந்தக் கவிதையை ✪

எதிரெதிராய்

மெல்லிய உணர்வில்
மிதியடி தைத்துப் பிழைப்பவர்களிடம்
பூவிதழ்கள் பற்றி பேசிய அலுப்பு
பொம்மைகளாய் இயல்பு வளர்த்து
மூளை மழுங்கிய பேரறிவாளர்களின்
பிரதிநிதிகளாகவே பேச்சை முடிக்கும்
மூத்த மனுசிகளின்
குரலில் தொனிக்கும்
நொறுக்கப்பட்ட உறுப்புகளில்
மஞ்சள் பத்திட்டு
துணி துவைத்துக் கொண்டிருக்கும் சகோதரிகள்
அறிந்திருக்கிறார்கள்
எதிர்த்து நிற்பதில்தான்
அடிகளும் வலிகளும்
ஆயிரம் மடங்கு அதிகமென்பதை.
நீதிக்கு வராத நீங்களும், நானும்
துருவங்களின் விளிம்புகளில்
எதிரெதிராய் பிரித்துவிடப்பட்டாலும்
உங்களுக்கும் சேர்த்தே
பேசிக் கொண்டிருக்கிறேன்
நியாயங்கள் இருக்கும்
பலத்துடன் மட்டும் ✪

இன்னும் பலவற்றோடு

தான் சொல்லி தான் கேட்டு
தான் புலம்பி தனித்தழும்
அலுவலகச் சண்டை நாட்கள்.
பிற சுமைகளுடன்
பிள்ளை சுமக்கும் வலி.
தலைவலி... காய்ச்சல்
தந்தையின் தடித்த கரம்பற்றி
கடைகளில் அடம்பிடிக்கும்
பிள்ளைகளின் பெருமிதச்சிணுங்கல்
முன்னிரவில் வாசல்களில்
வந்தடங்கும் வாகனஒலி
மழை இன்னும் பலவற்றோடு
துருத்தலாய் வந்து தொலைக்கிறது
துரோகத்தின் நினைவு ✪

போக்கு

வந்து விழுகிற
எல்லாக் கற்களும்
விழுந்த இடத்தில்
மூழ்கிக் கிடக்க
தன் போக்கில்
போய்க்கொண்டிருக்கிறது நதி ✪

உள்ளொடிதல்

மெய்யுணர்வை எள்ளிச் சிரித்து
வார்த்தைகள் வைத்து மனது பிளந்து
அழைத்து..தூரப் போய்
ஆறவிடாமல் புண் காத்து
உள்ளொடிந்து
நார் தொற்றி நீர்வடிய
ஒவ்வொரு கிளையாய்
ஒடித்துவிட்டுத் தொடரும்
உறவு நீ.

அழைக்காதபோதும்
அனிச்சையாய் நடந்து
நீ ஒடிக்காத கிளையை
பாரமாய்ச் சுமந்து
உன்னிடமே வந்து நிற்கும்
பேதை மனது ✿

முன்பொரு காலத்தில்

ஜன்னல்களில் எறிந்த கற்கள்
புறாக்களாகி... பறக்க மறந்து
மணிக்கழுத்து சாய்த்து
பார்த்துக்கொண்டேயிருந்ததில்
பெருகி... பெருகி... உலகம் குடித்து
இறக்கை விரித்து... மலைகள் மறைந்து
மழைபொழிந்திருந்தோம்
முன்பொரு காலத்தில் ✪

பூவுடல்கள் - பொய் மொழிகள்

நெஞ்சில் வளர்ந்த நெகிழ்வுக் கல்லிரண்டின்
மேலோ கீழோ இன்னொன்று வைத்து
சமைத்துவிடலாம் என்பாள்
துரோகத்தில் சிதைந்தவள்.

குனிந்து செய்யும் வேலைகளில்
ஆச்சியின் தொங்கிய மார்பகங்கள்
கோலாட்டம் செய்வதாய்
சிரிப்பாள் பெயர்த்தி.

நரிக்குறப் பெண்ணின்
இடுப்பில் தொங்கும்
பழைய சுருக்குப்பை
அம்மாவின் வயிறென்பாள்
கடைக்குட்டி.

சடைப்பூரானாய் தடித்துக் கிடக்கும்
சிசேரியன் தழும்பு காட்டி
வயிறு பார்ப்பாள் தோழி.

எழுத்துகளில் அடுக்கப்பட்ட
பெண்களின் பூவுடல்கள் பார்த்து
பழக்கப்பட்ட நினைவை
சொல்லாமல் விடுவதும் பொய் ✪

மூன்றாவது உலகம்

வராதது பற்றி
வருத்தப்பட்டுக் கொண்டிருந்தபோது
தொடர்பற்ற
இரண்டு உலகங்கள் குறித்து
உன்னிடம் பேசும்படியாயிற்று.

துளியும் நினையாத
மூன்றாவது உலகை
நீ சுட்டியபோது
கல்வீச்சிற்கும்
அணுகுண்டு மிரட்டலுக்கும்
இடையில் மிரளும்
புராதன நகரின்
அழிவுபற்றி வருந்தி
நாப்கின் வைக்க மறந்து
தொலைதூரம் வந்துவிட்ட
வேதனை அழுத்த
கறை படிந்த உடையுடன்
திரும்பி நடக்கும்படியாயிற்று ✲

ஒன்று மற்ற ஒன்று

நீ எதற்கும் சிரமப்படுவதில்லை என்றாலும்
எதற்கோ சிரமப்பட்டுக் கொண்டுதானிருக்கிறாய்
உன்னை யாரும் தொந்தரவு செய்ய முடியாதென்றாலும்
யாரோ தொந்தரவு செய்துகொண்டுதானிருக்கிறார்கள்
உன்னை யாரும் ஏமாற்ற முடியாதென்றாலும்
நீ தினமும் ஏமாந்துகொண்டுதானிருக்கிறாய்
எங்கும் வரவிரும்பாத உன்னைத்தேடி
எல்லாம் வந்து விடுகின்றன
எதிர்பார்ப்புகள் தீர்ந்த உறவில்
வாழ விருப்பமென சூழ்ந்து நிற்கும்
மறைமுக எதிர்பார்ப்புகளிடம் புலம்புகிறாய்
ஒன்று மற்ற ஒன்று
கவ்விப் பறக்காதா என காத்திருக்கிறாய்
கவ்விப்பறந்து அத்துவானத்தில் வைத்து
குதறி குடல் இழுக்கையில்
பதறி திரும்பி விடுகிறாய்
ஒன்றும் செய்ய விரும்பாத உன்னை
ஏதோ செய்துதொலைக்கும்படியான
நெஞ்சின் நிர்ப்பந்தம் சபித்தபடி
உட்கார்ந்து ஊஞ்சலாடுகிறாய்
ஒன்றுமற்ற ஒன்றில்
ஞாபகங்களை அமர்த்தமுடியாத
இயலாமைகளுடன் ✱

என் மலர்

திருப்பங்கள் மோதிய காயங்களில்
அடைமழைக்கால உற்சாகத்துடன்
பெருக்கெடுக்கும் வலி நதியில்
அமிழ்ந்தமிழ்ந்து மிதந்துசெல்லும்
என் மலரைத் தொடர்ந்தோடும்
ரணமான பாதங்கள்

காலைக்கதிரின் சுத்தச்சிவப்பில்
காதலும்... நேயமும்...
அதுபோன்ற பிறவும்
அழகொளிவீசும் இதழ்களாகி
மணக்கும் உன்னதப் பூவின்
கால இழுப்பின் வழியில்
எதிர்படும் பாலங்களில்
உள்நுழையும் கணந்தோறும்
நுழையும் என் நெஞ்சும்
கீறல்களை உத்தேசிக்காமல்

பூவின் போக்கைத் தடுக்கும்
அடைசல் விலக்க
நீர்ச்சுழிப்பின் பயம்தாங்கி
இறங்கி எடுத்துவிட்டு
ஈரம் சிதற..! பின் ஓடி
முடிவற்ற நதியில் போய்க்கொண்டிருக்கும்
என் மலரை
இன்றுவரை
தொடர்ந்துகொண்டிருக்கிறேன் நான் ✪

குடை சாய்ந்த இரவு

பழுதடைந்த நினைவுகளின்
குடை சாய்ந்த இரவொன்று
கும்மிருட்டுக் கல்லாகி
உறக்கத்தின் இளந்தளிர்க்கொடியில்
நச்சென விழுந்தபோது
அழைத்து... அழைக்கமுடியாது
அழைக்கும் முன்பான
விலக்கத்திற்குப்பின்
நேபாள கூர்க்காவின்
விசிலும் தரை தட்டும் ஒலியும்
நடுங்கும் இரவின்
கைத்தடியானது.

இரவு மட்டும் அவிழ்த்துவிடப்படும்
பெரும் பணக்காரர்களின்
நாய்கள் குரைத்தபோதெல்லாம்
பகலெல்லாம் கட்டப்பட்டிருந்த
சோகங்கள் கேட்கத் தொடங்கின.

நள்ளிரவில்
கரைந்து பறக்கும்
சில காகங்களின் எதிர்பாரா தேடலில்
தலைசாய்த்துக் கொண்டன
அதிருப்திகள் ⊙

தளிர்மொழி

இல்லமெங்கும்
பொன்வண்டுகள்- வண்ணக்கிளிகளை
பறக்கவிட்டுத் துளிர்க்கும்
தளிர்மொழி நிழலில்
சாய்ந்துகொள்ளத் தெரியாதவர்கள்
தூக்கிச் சுமக்கிறார்கள்
குழந்தைகளை
இறுத்தல்களுடன் ✪

தீப்பிடிக்கும் வழித்தடங்கள்

செடி பார்க்கச் சொல்லி
"சுவற்றில் பல்லிபாரெ"ன
பார்வை திருப்பி
மருத்துவமனை போவதாய்
பொய்யுரைத்து...
குழந்தையை ஏமாற்றி
அழவிட்டுச் செல்லும்
தாயின் வழித்தடங்கள்
தீப்பிடித்துக் கொள்கின்றன.

எத்தனையோ மைல்கற்களுக்குப்பால்
செய்யும் அமைதியற்ற வேலைகளில்
கேட்டுக்கொண்டேயிருக்கும்
அந்தக் கேவல் சத்தம்
அவளுக்கு மட்டும் ✪

கடந்துபோதல்

பிறகு எல்லாவற்றையும் கடந்து
வேடர்கள் நுழையமுடியாத
வனங்களில் திரியும்
பறவையானது காதல்.
முன்பு
அதன் பெயரில்
பேசிய எழுதிய புணர்ந்த
மயிர்கள் உதிர்த்து ✪

ஐராவத யானை

ஐராவத யானையைப்
பற்ற முடியாத
பிடிப்பற்ற உடலின்
அலைச்சல் எரிச்சல்
இரவைச் சபிக்கும்
திமிர்ந்த தேகத்தை
எறிந்துவிட வேண்டும்
தேவை கருதிய
இதன் பாவனைகளை
மறைத்து வைத்திருக்கும்
சிரமங்களில் விடுபட... ✪

பழக்கப்பட்ட இருள்

சொல்லிக்கொள்ளாது
சுமைகளுடன் விட்டுச்சென்று
சிறிது நேரந்தானாகிறது
இந்நடுப்பகலில்
என் கண்களை மறைக்கும்
தனியிருள்
இங்கிருக்கும்
யாருக்கும் தென்படவில்லை
மையத்தில் குவியமுடியாத
பார்வையுடன் போராடி
இருளைப் பழக்கிய நேரம்
நீ திரும்பிக் கொண்டிருப்பது
பிடிக்காதிருக்கிறது ✪

வாழ்க்கை வாழ்வதற்கே

நீந்திக் களிக்கும் காட்டாற்றை
நினைவில் பெருகவிட்டு
வறண்ட நதிகளில்
மணல் அள்ளி வியர்க்கும்
வாழ்க்கை வாழ்வதற்கே ☻

நம்பிக்கை

மேய்த்தலுக்கடங்காது
கட்டுத்தறியிலும் நிற்கமுடியாது
அறுத்துக்கொள்ளும் பருவங்களை
இழுத்துச்செல்கின்றனர் காவலாளிகள்.
'பட்டி'யில் அடைத்து
பட்டினி போட்டபின்
கட்டணம் செலுத்தி
மீட்டுவரும் பருவத்திற்குரியோர்
இறுகக்கட்டி வெளியேறும்வரை
பரிதாப முகமணிந்து
காத்திருக்கும் பருவங்கள்
தறியிலிருந்தே அறுத்துமேய
பழகிக்கொண்ட தந்திரங்கள்
உரியவர்கள் அறியாமலிருப்பதாக
நம்பப்படுவது அவசியமாகிறது
எல்லோர்க்கும். ✪

இரவில் பதுங்கும் பறவை

விரிந்து கிடக்கிறது இரவு
கூரிய முட்களாக...
கழிவிரக்கக் கண்ணீரில் மிதக்கும்
மெலிந்த நினைவுகளைச்
சுகத்திலாழ்ந்த
தவிப்புகள் பெருகி மூழ்கடித்து
முள்பாய் இரவில்
கிடத்துகின்றன மீண்டும்

எரிவது பொறுக்காது
எங்கோ
சலசலத்து ஓடிக்கொண்டிருக்கும்
நதியில் நனைவதற்கான ஓட்டம்
கல்லாக்கி எறியப்பட்ட
நேசங்களில் இடறி
குருதியொழுக சாய்ந்து கிடக்கின்றன.

புதிதாக
ஒரு விருப்பத்தைத் தொடர்வதென்பது
ஒரு துயரத்தைத் தொடர்வதால்
கீறல் வலிகளுக்கஞ்சி
அடர்ந்த மரக்கிளையொன்றில்
பறவையாகி இரவுதோறும்
அமர்ந்துகொள்ளும் ஞாபகங்களை
விருப்பமற்ற மகளை
திருப்பியனுப்பும் தாயாக
உடலில் சேர்ப்பித்து செல்கிறதிந்த .
குளிர்ந்த அதிகாலை ○

சோறூட்டிய கிண்ணங்கள் கழுவப்படாமல் கிடக்கின்றன

குதித்தோடிய பந்து
ஒளிந்த இடம் குறித்த யோசனைகளுடன்
சுவரில் கிறுக்கி...
தலையில் குட்டுப்பட்டுச்
செல்ல மறுத்தழுத
செல்லப் பிள்ளைகளை
இழுத்துச் சென்றனர் பெற்றோர்.

பள்ளியின் வண்ணந்தீட்டிய
பலிபீடத்தின் கதவுகள்
அப்போது திறந்திருந்தன.

குவிந்து நடுங்குபவர்கள்
குழந்தைகளாய் இருந்தும்
கொழுந்திட்டு எரிந்த
கொடுந்தீயின் இதயம்தான்
தீ தோன்றியதும்
அது எரித்த
முதல் பொருளாக
இருந்திருக்க வேண்டும்.

சோறூட்டிய கிண்ணங்கள்
கழுவப்படாமல் கிடக்கின்றன
முந்தைய நாள் அணிந்த
சீருடை துவைக்கையில்
"அ... ம்... மா" உயிர் உருக
அழைத்த குரல்
உன் கடைசிக் குரலா கண்மணியே!
ஓடோடி வந்து
அணைத்துக்கொள்ள நீண்ட
பெற்றவர் கரங்களில்
அவர்களின் முக்காலமும்
பொசுக்கித் தரப்பட்ட
பெருந்துயர் காண
அன்று உதித்திருக்கக்கூடாது
சூரியன் ⚬

(16.07.2004 கும்பகோணம் பள்ளியொன்றின்
கோரத் தீ விபத்திற்குப் பின்)

பார்வையாளர் நேரம்

சொல்லிய நேரத்தில் செல்ல
பதிவு செய்த பயணம் தொடர
நெருக்கடி மனநிலை நீங்க
சிறுநீர் கழிக்க சிகரெட் பிடிக்க
கடைசி நாளின் அழுத்தம் தொலைக்க
புழுங்கி காத்திருக்கும் அவர்களில்
கைக்குழந்தையை விட்டுவந்த ஒருத்தி
தூக்கி வந்த மற்றொருத்தி
மூட்டுவலிக்காரி ஒருத்தியென
பெண்கள் மிகக் குறைவுதான்.

திரைச்சீலைக்குப் பின்
மூடப்பட்ட கதவை
அடிக்கடி திறந்து
கோப்புகளுடன் நுழைந்துவிடும்
அலுவலகப் பணியாளர்கள்.

வந்த வேகத்தில் நுழையும்
முக்கியஸ்தர்களுக்கு திறக்கப்படும் கதவு
சாமானியர்களின்
நெஞ்சிலடித்துச் சாத்தப்படுகின்றன.
சாமி வரம் தந்தாலும்
பூசாரியாய் வழிமறிக்கும்
வாயிற்காப்பாளர்.

இடையிடையே
காதல், நட்புறவு, கைபேசி அழைப்புகள்
பாவம் அதிகாரிகள்
அவர்களால் பார்க்கமுடிவதில்லை
பார்வையாளர் நேரத்திலும்...
காத்துக்கிடக்கும்
பார்வையாளர்களை மட்டும் ○

இரவு பொதி

நகரின் வலிய கரங்களின்
செல்கள் ஒவ்வொன்றிலும்
புதிய கரங்கள் நீண்டு
திசைகளை லாவிக்கொண்டிருக்கையில்
இரவு பொதி சுமந்து
அந்தி வந்துகொண்டிருந்தது.

தான் சுமந்துவந்த
இருள் மூட்டைகளை அவிழ்த்துவிட்டு
மலைக்கு அந்தப்பக்கம்
உறங்கப் போனபின்
எல்லாவற்றையும்
மயக்கிப் பிடித்துக்கொண்ட வித்தைக்கார இரவு
என்னறையின் சுவர்களை
என்மீது சாய்த்து
கனவுகளை உறிஞ்சி
சற்றே தீர்ந்த
தாகத்தின் சமாதானத்தோடு
சுவர்களைப் பொருத்தி
அகன்றபோது
மலையடிவாரக் கழுதையின்மீது
பளபளவென
பகல் கிடந்தது ✺

கசந்த நினைவு

நடுங்கும்படியும்
கண்காணிக்கும் படியும்
எந்தத் திட்டங்களும் ஆயுதங்களும்
இல்லை என்னிடம்.

அச்சம் தயக்கங்களில்
மறந்துகொள்கிறதென
விருப்ப இயல்வு.
கேலியில் உதிர்கிற
கண்ணீர்த்துளிகள்
தன்னால் உலர்கின்றன.

நம்பிக்கையிழந்த ஆசைகளின்
ரணத்தில் கிடக்கும்
நாதியற்ற நாயின்மேல்
கல்லெறிவதை நிறுத்திக் கொள்வது
உம் கரங்களுக்கும் நல்லது.
வலி பொறுக்கமுடியவில்லை நண்பர்களே.

உமிழ்ந்த ஈரம் துடைத்து என் கசந்த நினைவை
பெயர்த்தெடுத்துக் கொள்கிறேன்
பேசாமல் விட்டுவிடுங்கள் என்னை ❂

சற்றைக்கெல்லம் மறந்துவிடுகிறது

யாரோவானதற்குப்
பிந்தைய உன் வருகை
சிறுநீர் கழித்துக் கொண்டிருப்பவனைக்
கடந்து செல்லும் சங்கடமாய்ச்
சற்றைக்கெல்லாம் மறந்துவிடுகிறது.

வலிய நினைத்தாலும்
அதிர்வுகளை... விருப்பங்களை...
ஏற்படுத்த முடியாது
வெட்கி நழுவி விடுகின்றன
அன்புற்றிருந்த நாட்கள்.

பல மாதங்களுக்குமுன்
மஞ்சள் பூ மரத்திலிருந்து
அலகால் தன் சிறகுகோதி
சற்றமர்ந்துபோன சிறுகுருவி
இன்றும்...
படபடக்கிறது நெஞ்சுள் ✪

மழைவரும் நேரம்

கடற்காற்றை
மறைத்துக் கட்டிய வீட்டின்
மேல்தள அறையில்
மின்மினிப் பூச்சிகளோடு
சகவாசத்தை வளர்த்துக் கொண்டவள்
எதேச்சையாக
நட்சத்திரம் பார்க்கிறாள்.

கடலளவு ஏக்கப்பட்டு
எல்லா நட்சத்திரங்களிலிருந்தும்
கையசைக்கும் வாலிபனை
தவிர்க்க எண்ணிய தருணம்
ஒரு மூலையில்
மின்னத் தொடங்கியது வானம்.
சிறிது நேரத்தில்
மழை வரலாம் என்றும்
இன்று
அதிகமாக இரைகிறது கடல் என்றும்
திரும்பிக் கொள்கிறாள்
மின்மினிப் பூச்சிகளின் திசைக்கு ○

இன்றைய காட்சி

நெகிழ்ந்து தீட்டிய
ஓவியப் பசுமைகளில்
பட்டுத் தெறித்தன
பிரிவின் துளிகள்

தன்னிரக்க நினைவில்
கடற்கரை மணலிலோ
கோவிலின்
ஒதுக்குப்புறத் தூணில் சாய்ந்தோ
ஞாபகம் சபிக்க
போய்க்கொண்டிருக்கிறாய்.

நனைந்த சித்திரத்தை
காயவைத்துக் கொண்டிருக்கும்
காற்றிற்குத் தெரியும்
நீ திரும்பாமல்
இருக்கமுடியாதென்பது ✪

இருப்பு குறித்த மூன்று கவிதைகள்

1. ஏழாம் அறிவும்
   மூன்றாம் விழியும்
   கண்டு விரும்பின
   கவனிக்கப்படாத
   புராதன இருக்கையை...

வரிசை உருவானது
நான் வாங்கிய இருக்கை
நான் வைத்திருந்த இருக்கை
நான் விரும்பிய இருக்கை
வரிசை குரல்களில்
அறிவு அதிர்ந்து ..விழி கசிந்து
எடுத்த இடத்தில் விட்டுப்போனபின்
குரல்கள் அடங்கிக் கொண்டன
தத்தமது வளைகளுக்குள்.

2. ஏதொன்றும் எண்ண முடியவில்லை
எச்செயலும் செய்ய இயலவில்லை
ஓரடி... ஈரடியுமாய் நடக்க முயன்று
தடுமாறி விழுந்தெழும்
கண்மணிச் செல்வத்தை
உறவினர் வீடொன்றில்
விட்டு வந்த
வயிற்றுப் பிழைப்பின் மிச்சப் பொழுதுகளில்
நனையும் நினைவுடன் மூலையில் கிடக்கும்
அவன் விளையாட்டு "கார்" நான்.
மன்னிக்க...
அனுப்பிக் கொடுக்க முடியாததற்கு
நீங்கள் கேட்ட கவிதையை.

3. நாவடக்கத் தெரியாத
பொய்யுரைக்க முடியாத
இயல்புச் சுமையில்
கழுத்து குன்னி
தடுமாறும் பணிகள்
சாமர்த்தியத்துடன் பிறக்காதவர்க்கும்
பின்பேனும் அதனைப்
பயிலாதவர்க்கும்
எங்கேனும் கிட்டுமோ இருப்பு? ✪

காற்றும்... ஒளியும்...

முடித்துக் கொள்வதென்ற
தீர்மானத்தில்தான் துளிரும்
மாயையின் தளிர்.

ஆன்மாவைச் சங்கமிக்காத
நேசப் பாவனைகளால்
பரிசளிக்க முடியாமல்
இருக்கிறது...
உனக்கொரு கவிதை.

பச்சை விளக்கிற்குக் காத்திருக்கையில்
உள்ளம் வளர்ந்த ஊரின்
ஒற்றையடிப் பாதையாய்த்
தட்டுப்பட்டு மறையும்
சிறுசிறு கோடுகள்
நேச நினைவுகள்.

தக்கைகள் அமிழாத எரிச்சலில்
துப்பிச் செல்கின்றன
ஒழுக்கமும் உன்னதமும்
ஒளிந்தொளிந்து வந்து.

கதவு திறக்கமுடியாத
திணறல்களில்...
காற்றும் ஒளியுமாயின
கவிதைகள் ✪

புதிய குறிப்பேடு

*பாதி எழுதிய
பழைய குறிப்பேடுகள்
கிடக்கின்றன.*

*இப்புதிய குறிப்பேட்டில்
தன்னை முதலாவதாக
எழுதிக்கொள்ளச் சொல்கிறதிந்த கவிதை.*

*எழுதாது பத்திரப்படுத்திய
குறிப்பேட்டின் பக்கங்களை
எழுத எழுத
திருப்பித் தருகிற காற்று
எப்படி வீசுமோ
நாளை இந்நேரம்* ✪

அப்போது அலையற்றிருந்தது கடல்

நீந்திக் களித்தனர்
கடலான வகுப்பறையில்
சமுத்திரத்துடன் வாழும் பெருமிதத்தைக்
கடல்புரத்து மாணவர்கள்.

அலைகளின் அச்சத்தில்
ஒதுங்கிநின்ற என்னை
இழுத்துப்பார்த்து... சிரித்துக் கொண்டனர்.

துணிச்சல் போதித்த
என் சொற்கள்
மிதந்து ஒதுங்குவதைக்
கைகளிலேந்தி
கடலில் வீசி விளையாடினர்.

எல்லாம் அறிந்த
ஆசிரிய கர்வ மணல்வீடுகள்
இடறப்பட்டன
பிள்ளைகளின் சிறுகால்களால்.

கோடாரியால் பிளந்து
மணலில் புதைத்த
இறந்து ஒதுங்கிய
திமிங்கலத்தின் கதையை
ஆர்வம் பொங்க
சொல்லிய மாணவனை
வியந்து கவனித்திருந்தேன் அப்போது.

ஆழிப்பேரலைகளுக்குப் பின்
அவன் விடுப்பில் பதறி
விசாரித்தபோது
வீட்டிலிருப்பதை அறியமுடிந்தது.

சில தினங்களுக்குப் பின்
வகுப்பிற்கு வந்த அவனால்
எதுவும் சொல்ல முடியவில்லை.

பக்கத்தூர் கடற்கரையில் ஒதுங்கி
அடையாளம் காணப்பட்ட
தன் சகோதரியின்
சடலம் பற்றி.

மென்மையாக
கைகளைப் பற்றிக்கொண்டபோது
அவன் கண்களில்
துளித்துளியாகப் பெருகத் தொடங்கின
கடல்பற்றிய அச்சமும் குழப்பமும்.
அப்போது
அலையற்றிருந்தது கடல் ✴

முந்தைய நாள்

அதற்கு முந்தைய நாளில்தான்
உரசியவனை ஓங்கி அறைந்து
அழுதபடி வந்தாள்
உரக்கப் பேசினாலே
அழும் இயல்புடைய செல்வி.

அதற்கு முந்தைய நாளில்தான்
ஏதோ கெட்டு நச்சரித்த மகனைச்
சப்பாத்திக் கட்டையால் அடித்து
மண்டை உடைந்தபின்
கதறியிருக்கிறாள்
'குழந்தைகளை அடிப்பதா' என
அடிக்கடி பேசும் உமா.

அதற்கு முந்தைய நாளில்தான்
விஜி என்னுடன் வம்பளத்தாள்.
அதற்கு முந்தைய நாளில்தான்
உங்களோடு
உரக்கப் பேசியதற்காக
இழிவுபடுத்தப்பட்டேன் நான்.

நேற்று மனம் கொதித்த
நினைவுகளின் காரணம்
மறுநாள் கறைபடும்
ஆடை பார்த்து சிரித்துக் கொண்டாலும்
அறவே நினைவிற்கு வருவதில்லை
அடுத்த மாதத்திற்கு
முந்தைய நாளில்
இதனால் தான் இப்படி
என்பது மட்டும் ✿

வராமல் போய்விடுங்கள்

விருப்பங்களைத் தின்று
பெருக்கடிக்கப்படும்
ஆடுகளைப் புசிக்க
அழைக்கப்படும்
பசியற்ற விருந்தினர்கள்
பின்பு
உங்கள் கொண்டாட்டத்தின்
மண்டபம் முழுதும்.

எதிர்பார்ப்புகளின்
அடியில் விழும்
கோடாரிக் காம்புகள்
தானே பிளந்து கொள்கின்றன
அதிர்ச்சியில்.

பறவைகளின் கெஞ்சல்
புரியாதவர்களாய்
களையத் தொடங்கிவிடுகிறீர்
வேர்களை.

காற்றின் திசையெங்கும்
ஒலித்துக் கொண்டிருக்கிறீர்கள்
வரச் சொல்லிவிட்டு
கதவடைத்துக் கொண்ட
காரணங்களைத் தவிர ☉

ஔவையைப் போல்

ஔவையைப் போல்
அலையலாம் என்றால்
நவீன அரசர்களை
நெருங்க முடிவதில்லை.

பொது இடங்களில்
நிற்கவே முடியாதபோது
உறங்குவதாவது பெண்.

பணிகளில் போராடும்
நிழலற்ற பயணத்தில்
உட்கார்ந்து அழ
பொழுதற்ற நினைவுகள்
அஞ்சலி செலுத்துகின்றன
கருகி உதிரும் கவிதைகளுக்கு ✪

மீண்டு வரவேண்டும் நீ

நினைவு படிந்த
வண்ணச்சுமை
கட்டுச்செறிந்த
பயண வலி
தூரம் தெரியா
நினைவுக் குழறல்
கொடுத்த விஷம்
முறிந்த பயம்
அவள் நினைந்து
இவள் அணைந்து
உன் இனம் மட்டும்
வாழ்வை ருசித்த
தந்திரம் பிடிபட
சற்றே மிரண்டு
விரித்த வலைகளில்
இத்தனைமுறை நீயே
இடறி விழுந்தும்
சுருட்டி வைக்கக் கைவராத
கபடம் மறைத்து
என்னைச் சொல்லிக் கொண்டிருக்கிறாய்
"மீண்டு வரவேண்டும் நீ" ❂

பெருமை

எங்கும் குனிந்து விடுகின்றன
காதலர் தலைகள்
ஏளனப் பார்வைகளுக்கஞ்சி.

உறவுகள் குற்றவுணர்வாக்கப்படும்
பண்பாட்டில்
முதல் விருப்பம் தொடங்கி
அந்திமக்காதல் வரை
விடாத சங்கடங்களெனினும்
தனித்த மதியத்திலும்
விருப்பமாய்ப் பறந்து திரிகின்றன
நினைவு வனங்களில்
பாலியல் கிளிகள்.

ஒழுக்கக் கூண்டுகளின்
இந்தக் கம்பிகளுக்கு
வண்ணந்தீட்டுவோர்
எண்ணங்களிலிருந்தும் ❂

உதிர்வு

மரமல்லிப் பூக்கள்
உதிர்ந்துகிடப்பதாய்
மணல் திட்டெங்கும்
பாதச் சுவடுகள்.

தவறவிட்ட
தன் மழலையின்
பிஞ்சுப் பாதங்களை
பாலித்தீன் பைகளில்
பொறுக்கிச் சேர்க்கிறாள்
உள்ளூர் கிறுக்கியொருத்தி.

உரையாடி இருந்ததின்
நினைவுப் படங்களை
மனச்சுவரில் மாட்டிச்
சோர்வுடன் வந்து செல்கின்றனர்
தனித்துச் சிலர்

அடிக்கடி காற்றிலும்
அரிதான தூறல்களிலும்
கலைபடும் சுவடுகளில்
உடனே உதிர்ந்துவிடுகின்றன
மரமல்லிப் பூக்கள் ✿

சுதந்திரத்தைப் பரிசளி

காலின் சங்கிலிகளைத்
தளர்த்தி நீட்டிக்கொண்டு
குறுக்கும்... நெடுக்கும் உலவி
எதார்த்தமாய் எதிர்ப்படுவது போன்ற
தனித்த சந்தர்ப்பமொன்றில்
மெல்ல உருவப்படுகிறது
உங்கள் மனதுக்குள்
முன்பே போட்டுவைத்திருந்த
முடிச்சுகள்.

ஒன்றில் ஒருவரை
கட்டாயப் படுத்தும்போது
உண்மையில் நாம் விரும்புவது
யுத்தத்தை தானே?
நிறம்கோரிப் பிரித்தெறியப்பட்ட
வண்ணப் பூங்கொத்தின்
இறுதியில்...
கவனிப்பாரற்று வீசப்படும்
காய்ந்த குச்சிகளாய்த்
தேடப்படுகிறது
மனிதப் பரிவு.

நீரிலூரசும்
நதியோர மரக்கிளைகளின்
கைகளில் சிக்கும்
அடையாளமற்ற சடலங்களின்
நாற்றமடிக்கும்
புனித நதிகளின்
மேற்திசை எங்கும்
கழுகுகள்
பறந்தவண்ணமிருக்கின்றன.

உயர்ந்த நுழைவாயிலிலிருந்து
பயந்தெழுந்து ஓடுகின்றன
வழிதவறிய ஆட்டுக்குட்டிகள்.

ஆட்டுக்குட்டியைச் சுமந்தவர்
கைம்பெண்ணை மணந்தவர்
அணிலொன்றைப் பாசமாய் வருடியவரில்
எவரேனும் வற்புறுத்தியதுண்டா..?
அன்பைத் தவிர... வேறெதையும் ✪

ரகசியப் பரிமாறல்

வெறுப்பேற்றிக் கொல்வதில்
விருப்புற்று இயங்கும் உலகு
பித்துப்பிடித்துச் சூறாவளியாயின
அன்பின் பொழுதுகள்
ரகசியப் பரிமாறல்கள்
எரிந்த புகை
யுகத்தின் நாசியில்
கமறிக் கொண்டிருக்கிறது.

முச்சந்தியின் மத்தியிலிட்டு
ஓடும் வாழ்வு
கால்பரப்பி கவ்வ வரும்போது
முள் மறைசல்களில்
பசியுடன் பதுங்கிக் கிடக்கும்
கோழிக்குஞ்சுகள்... உணர்வுகள்.

நேர்த்திக் கடன்கேட்டு
காதுகளைப் பொத்திக்கொண்ட
குலதெய்வப் புறக்கணிப்பு.

கள்ளிப் பழத்தின்
மேல்முட்கள் போன்ற
கைமுட்களைப் பற்றிய
கவலை ஏதுமற்ற
கவிதைகளில் சிதைந்து உதிரும்
துக்க மலைகள் ✿

இந்நேரம்

பெருத்த அவமானத்துடன் திரும்புகிறேன்
உங்கள் முன் வாசலிலிருந்து
பசுமைகளில் விழும் பனித்துளிகளாய்
பரிவு பற்றிய
பேச்சைத் தொடங்கியிருப்பீர்
இந்நேரம்
எதிர்படும் இன்னொருவருடன் ✿

கடல் மொழியும் விலாங்கு மீன்களும்

பெரும் மிருகம் இரண்டின்
புணர்ச்சியோ... யுத்தமோ
அலைக்கழிந்து
புரளும் அலைகள்.

ஒன்றும் வேண்டாமென
திருப்பித் தள்ளும்
நீருலக ராணியின்
நுரை வளைக் கரங்கள்.

காலப் பரத்தியரின்
சேலை அரிப்பில்
சிக்காமல் நழுவும்
விலாங்கு மீன்கள்
முன்னலையும் பின்னலையும்.

கண்ணுக்குத் தெரியும் தூரத்தில்
அக்கரைபோல்
கவிழ்ந்துகிடக்கும் வானம்
அதிகாலைக் கடலில்

காயும் பெரும் வலை
மதியக்கடல்
துள்ளிக் களிக்கும்
அந்திக்கடல்
புல்லரிக்கக் கறுத்துக் கிடக்கும்
நனையும் கடல்.

இருள் வழிப்போக்கனின்
குளிர் கை விளக்கு
ஒரு புறமிருந்து
ஒளி குவிந்து வீசும்
பௌர்ணமிக் கடல்.

மணல் குவித்துத்
தலைசாய்த்த
தனித்தப் பார்வைக்குத் தென்படும்
தத்துவக் கடல்மொழி
பயில்வது பேரின்பம்
அதன் மடியில் கிடந்து ✺

வி.ஐ.பி. பகுதி

தெரியாத சங்கிலியால் பிணைக்கப்பட்டு
முறைத்து நிற்கும் காவலாளி.
கட்டப்பட்ட நாய்களின்
உயிர் உலுக்கும் குரைப்பு.

யாசித்துண்போரும்...
கணக்கெடுக்க அனுப்பப்படும்
கடைநிலை அரசு ஊழியரும்
நுழைந்துவிட முடியாது
வி.ஐ.பி. பகுதிகளில்
இங்கே இவர்களுக்கேற்படும்
வருத்தம் தயக்கம் அவமானம்
ஒருபோதும் நிகழ்வதில்லை.

வற்றிய நாய்கள் திரிந்து
குழந்தைகளின் அழுகுரல் நிரம்பிய
எளிய வியாபாரிகளின்
இசைக்குரல் கேட்டுக் கொண்டேயிருக்கும்
குடிசைப்பகுதிகளில்.

எப்போதோ விற்க நேர்ந்த
கால்நடை செல்வத்தை நினைத்தபடி...
கஞ்சி... கழனியை
எவர் வீட்டு மாட்டுத் தொட்டியிலாவது
ஊற்றிவரும் மனுசிகள்.

புலம்பி தன்போக்கில் போகிற
பைத்தியக்காரப் பெண்ணிற்கு
சோறு போட்டுத்தரும்
அன்றாடங்காய்ச்சி இல்லத்தரசிகள்.

கணக்கெடுப்பவர்க்கு
இரவல் நாற்காலி தூக்கிப்போட்டு
அமரவைத்து
குளிர்பானம் வாங்கித் தரும்
நேச மனிதர்கள்.

மிஞ்சும் உணவை
பாலித்தீன் பைகளில் நிரப்பி விசுறும்
வி.ஐ.பி. வீடுகளுக்குத் தெரியாதுபோலும்
வெளியில் பலர்
பசியுடன் திரிந்துகொண்டிருப்பது ☉

சாமியும் அரக்கனும்

மெல்லிசையைக் கோலமிடும் தெருவின்
ஒருக்களித்த கதவிடுக்கில் பார்த்தபடி
அமர்ந்திருக்கிறாள்.
கடைக்கண் பார்வையுடன்
அடிக்கடி கடக்கும்
சாமியும்... அரக்கனும்
எதிர்படும் நேரம்
பிடித்தவருடன் பேசி
மற்றொருவர்
தன் விருப்பமின்மையறிய.

விலகி விலகிப் போய்க் கொண்டிருக்கும்
இருவர் நினைவுகளும் மோதி
வீங்கிப் போகிறதிவள் உள்ளம்.

புலம்பலை உறக்கமாய்க் கொண்ட
கடைசி வீட்டு மூதாட்டியிடம்
இருவரும் எதிர்படும் நெருக்கத்தில்
உசுப்பச் சொல்லிவிட்டு
உறங்கச் செல்கிறாள்.

உறக்கம்
இழுத்துச் செல்லும் ஓடையில்
பிடிக்கமுடியாத தூரத்தில்
உருவிக் கொண்டோடுகின்றன
அவள் அணிந்திருந்த ஆடைகள் ✽

காதல்

நட்சத்திரங்கள்
உதிர்ந்து கிடக்கும்
இரவு நதி.

அறுக்கவும் கட்டவும் முடியாத
நினைவு விளைச்சல்
மழையில் பற்றும் தீ
ஆன்மாவில் பதிந்து கிடக்கும்
ரத்தினக் கற்கள்
பெருங்கூட்டத்தின் தனிமை

எல்லாவற்றையும்
தொலைத்துத் தடுமாறும்
தன்னைத் தொலைக்கமுடியாத
தவிப்புகளுடன்
காதல் ✺

தொடர்பு

தொடர்பு எல்லைக்கு
அப்பால் நின்று
அழைக்க நினைக்கும்
வாய்ப்பற்ற நெருக்கடியில்
கசியும் நேசம்
அலைந்து... திரிந்து
அலுத்துப் படுத்துக் கொள்கின்றன
முன்பு எரிந்தடங்கிய அடுப்புகளில்
பசியுடன் ✪

மறதி

குருதி கசிய பிறாண்டி
நடுநிசியிலிருந்து
குதித்தோடுகிற
கறுத்த கொழுத்த பூனை
உறக்கம்.

காயங்களின் எரிச்சலுடன்
தேம்பிக் கொண்டிருக்கிறது
காரிருள்.

இன்றும்
நினைக்க மறந்துவிட்டாய் நீ ✦

மாற்றம்

நீடிக்க முடியாத
நிலைகளில் மாறும்
புதிய விருப்பங்களுக்கு
மாறாத மறவாத
காதல் சத்தியங்கள் ✺

சில தினங்களேனும்...

வண்ணமழை பொழிகிறதா வானம்
எத்தனை நிற மலர்கள்
எத்தனை சுவைக் கனிகள்
வனம்போல் விந்தையுண்டோ.

பாறை நீர் கண்ணாடிக் குளத்தில்
காணும் நம் உரு
கண்டும் காணாது
மூலிகை முட்களின் கீறல்களுடன்.

நவபாஷாணங்களைத் தேடியலைந்த
சித்தர்களின் சுவாசம்
நீரூற்றுகளாக வழிந்துகொண்டிருக்கும்
வனத்தில் திரிய வேண்டும்
வாழ்வு ✦

பிறகொரு நாள்

சொன்னபடி செய்யும் தவிப்பில்
செய்யமுடியாமல்
செயல்கள் குவிந்து கிடக்கும்
அவகாசமற்ற பொழுதுகளில்
ஒழுங்கில்லை, திட்டமில்லை
என்றென்னைத்
திட்டிச் சாபமிடும் நண்பனே!

உனக்கு
அலுவலகத்தில் மட்டும் வேலை
எனக்கு அலுவலகத்திலும் வேலை
என்பதறிவாய்ப் பிறகொரு நாள் ✪

சொல்லிக் கொள்வதில்லை

நீ எந்த குட்டிச்சுவரிலும்
முட்டிக் கொள்வதில்லை
இருளில் தடுமாறுவதில்லை
அனுதாபத்தை
விளைவிப்பதுமில்லை
ஏற்றுக்கொள்வதுமில்லை.

பார்வையற்றவர் என
பொய் பரிதாபங்கொள்வோர்
பார்வைகள் குறித்து
வருத்தங்கள் இருப்பதை
சொல்லிக் கொள்வதுமில்லை.

உன் மொழித்திறனும்... இசையும்
வாய்க்காத என் போன்றோர்
முட்டிமோதி தடுமாறிக் கொண்டிருக்கிறோம்
எங்கெங்கோ- கண் பார்வையிருந்தும் ✪

(நண்பர் இளங்கோவனுக்கு)

அரங்கம்

எதையும் யோசிக்காது
எழுந்து செல்கின்றனர் சிலர்
முகத்தாட்சண்யத்திற்காக
அமர்ந்திருப்போர் மீது
எந்தத் தாட்சண்யமுமின்றி
கவிச்சாட்டைகளை
வீசிக் கொண்டிருக்கிறார்கள்
கவிஞர் பெருமக்கள்

'இம்சை' என்று
எழுந்த முதியவர் குறித்து
'உடல் நலமில்லாதவர்' எனப்
பரிதாபப்படுகிறார் ஏற்பாட்டாளர்
அரங்கு என்பது மேடையில் இல்லை ✪

பேசிக்கொண்டிருத்தல்

பேசுபவரின் முக்கியம்
பேச்சின் முக்கியமாகி
வெறும் பேச்சு
பெரும் பேச்சாகி
ஒன்றுமற்ற பேச்சுகள்தான்
ஆனாலும் முக்கியமானது
பேசிக்கொண்டிருப்பது ✪

உறங்கும் நேரமல்ல

விரைந்து கொண்டிருக்கின்றன
வாகனங்கள்.
செய்திகள் கட்டுடைக்கப்பட்டு
பிரித்தெடுக்கப்படுகின்றன.
பால் வண்டிகளின் வேகத்தைப் பற்றி
என்ன சொல்ல?

கைவீசி நடைப்பயிற்சி செய்யும்
மனிதர்களின் சுறுசுறுப்பு
சூடாக்குகின்றன குளிர்காற்றை.

கத்திப் பறந்தோடுகின்றன
கதிரோன் வெளிப்படும் முன்
பறவைகள்.

ஒளியை வரவேற்று
மலர்ந்தவண்ணமிருக்கின்றன
மொட்டுக்கள்.

செக்கச் சிவந்த சூரியக்கதிர்கள்
அலைகளில் மினுங்கி
கரையினில் மோதும்
இனிய அதிகாலை...
உறங்கும் நேரமல்ல மகனே ✪

எழில்

அழகாக இருக்கிறது
காலி செய்த
வீடு ✿

கனமழை

எங்கும் ஈரப்பிசுபிசுப்பு
உலராத துணிகளின் தோரணங்கள்
குழந்தைகளின் நச்சரிப்பு
கனமழையை நிரப்பிக்கொள்ளத் துடிக்கும்
எழுதுகோலை எடுக்கமுடியாது
தீராத தனியறை ஏக்கம்.

எரிச்சல் கொந்தளிப்பு
மழையில் நனைந்துவிடலாமென
வெளியேறுகிறேன் குடையுடன்.

பேருந்து நிலைய
தாழ்வாரத்தில் ஒதுங்கி
பாலூட்டிக் கொண்டிருக்கிறாள்
நரிக்குறப்பெண்.
குழந்தையின் கன்னங்களில்
தெறித்துக் கொண்டிருக்கிறது
தூறல் ❂

பயணம்

இருக்கை கிடைத்து
வெகுநேரமாகியும்
இறங்குவதற்குச்
சற்று முன்தான் வருகிறது
உறக்கம் ☉

விலகிச் செல்லும் திருடர்களும் மின்னும் நட்சத்திரங்களும்

சாணி மெழுகிய சிறுதரை வளைத்துக்
கவிழ்ந்து கிடக்கும் இத்தக்கூரையின்
ஈர்க்குக் கட்டங்களில் புகும்
நிலவொளி கோலத்தில்
சிரங்குகளைச் சொறிந்தபடி
வரிசையாகப் படுத்திருப்போம்
பெண் பிள்ளைகள் வாசலில் படுக்கக்கூடாதென்ற
அப்பாவின் கட்டளையால்

தூக்கத்தில் புரண்டு
அடுக்குப் பானைகளை
உதைத்துத் தள்ளி நொறுக்கியதிலிருந்து
மூங்கில் தட்டியில் சாக்குகட்டிய
கதவோரம் மாற்றப்பட்டது
அக்காவின் பிய்ந்த பாய்.

பனைமட்டை அடைந்த
முன் தாழ்வாரத்தில் ஒண்டிநிற்கும்
குஞ்சுத்தாய் கோழி
'பக் பக்'வென கத்தும்போதெல்லாம்
பாம்பு புகுந்திருக்குமோ என்ற
பயம் ஒளித்து
கோழிக்குத் துணிச்சல்போல்
தனக்குத் தானே
தைரியம் சொல்லிக்கொள்ளும் அம்மா.

மூன்றுபடை மண்சுவர் நெடுக
கவிழ்ந்து கிடக்கும்
பானைச் சட்டிகள்
அண்டா, குவளை, ஆடு, மாடுகள், நெல் மூட்டைகளென
ஊருக்குள் திருடு போய்க்கொண்டிருக்கின்றன.

"குலதெய்வம் ஐயனார் கூடவே இருப்பதால்
நம் வீட்டுப் பக்கம் திரும்பக்கூட முடியாது திருடனால்"
உறங்கியிருப்போமென்று
அப்பாவிடம் பெருமைப்பட்ட
அம்மாவை மடக்கினாள்
ஒளிபார்த்து விழித்திருந்த தங்கை.

எப்படி வருவான் திருடன்
வெல்லமும் சுண்ணாம்பும் குழைத்து
ஓட்டையடைத்து
உலை கொதிக்கும் சோற்றுப்பானை
விளிம்பு நெளிந்த வெடித்த தட்டுகள்
எதை எடுப்பான் இங்கு வந்து?
என்றவளின் கேலி பொறுக்காது
'குடிக்கிற குவளையைச் சொல்'
அதட்டிய அம்மாவிடம்
கறுப்புக்காப்பியும் பதநீரும் போதவில்லையென்று
நாங்கள் சுவரில் அடித்துக்
கோரமாக நெளித்த
குவளைகளை எடுத்து வந்து
"இதை நீ கூப்பிட்டுக் கொடுத்தாலும்
வாங்கிக் கொள்வானா திருடன்
பேசாமல் படும்மா... ஐயனாராம் ஐயனார்"
பதிலுக்கு அதட்ட
சிரித்தால் அறவே பிடிக்காத
அப்பாவும் எங்களுடன்
வெகுநேரம் சிரித்த ஒலியடங்கியபின்
நிலவில் தெரிந்த ஆலமரத்தடியில்
அழுதுகொண்டிருந்தாள் அம்மா
அவளின் கண்ணீர்த்துளிகள்
எண்ணமுடியாத நட்சத்திரங்களாக
மின்னிக் கொண்டிருந்தன ✧

வண்டியோட்டியின் பாடல்

கடல் முடிவின்
முகப்பிலிருக்கும்
மேலோகப் பாதைக்குக்
காற்று கொண்டுசெல்லும்
வண்டியோட்டியின்
மழை கேட்கும் பாடல்
திருப்பியனுப்பப்படுகின்றன
கறுத்த மேகங்களாக ✿

ஒரு வார்த்தை

கடுந்தாகத்திலும் பருகிட முடியாத
கழிவுநீராகப் பெருக்கெடுத்தோடுகின்றன
சொற்களின் பலமும்..அர்த்தங்களும்

'எப்போதும் வேண்டுமானாலும்
கதவைத் தட்டலாம்' எனக் கூறியிருந்தாலும்
ஒருமுறை கூட தட்டிவிடவேண்டாம்

நானிருக்கிறேனென
எத்தனை முறை கூறியிருந்தாலும்
யாரும் இருப்பதாக
ஒருபோதும் நம்பிவிடவேண்டாம்.

நினைத்த கணந்தோறும்
அழைக்கக் கூறியிருந்தாலும்
அவசரத்திற்குக் கூட
குரல் கொடுத்திட வேண்டாம்

தயவுகூர்ந்து கேளுங்கள்
சொற்களை நம்பி நீங்கள்
அவமானப்பட வேண்டாம்.
ஒரு வார்த்தை சொல்ல வேண்டுமே என்பதற்காக
வார்த்தைகள் சொல்லப்படுகின்றன ❂

நெய்தல்

பூத்துக் குலுங்கும் குறுமரங்களுக்கிடையே
வளைவுகளுடன் நீண்டு கொண்டிருக்கிற
கிழக்கு கடற்கரைச் சாலையின்
நாற்சந்தி ஒன்றின்
பேருந்துக்கான காத்திருப்புகளில்
எப்போதாவது தூறிவிட்டுப் போகும் மேகங்கள்.

பரந்த காயல்களின்
கவிச்சி மணத்திற்கப்பாலுள்ள
வழுக்குப் பாதையைக் கடந்தால்
சற்று தூரத்திலிருந்தே
ஒரு மீனவப் பெண் அமர்ந்திருக்கிறாளோ என்ற
ஐயத்தை ஏற்படுத்தும்
அந்தச் சின்னஞ்சிறிய மருதாணிச்செடி.

அச்சமயம்
எதிர்த்திசையில் கடலுக்கு மேலே
பறந்து கொண்டிருக்கும் பறவைகளோடு
பறக்கும் என் சொற்கள்
ஒருபோதும் விரும்புவதில்லை
திரும்புவதற்கு எவரிடமும் ✪

மகளிர் இருக்கைகள்

எந்த நேரமெனினும்
உடனே வந்துவிடுகிறது
மகளிர் இருக்கைகளில்
அமர்ந்துகொள்ளும் ஆடவர்க்கு
உறக்கம்

பள்ளங்களில்
விழுந்தெழும் பேருந்துகளில்
வலி பொறுத்து... தடுமாறி பெரும்பாலும்
நின்றபடியே பயணிக்கிறார்கள் பெண்கள்.
இருக்கைகள் ஒதுக்கப்பட்ட பெருமிதம்
மகிழ்வாகப் பேசப்படுகிறது
எங்கெங்கும்.

நடத்துநர் அறிவார்
பொய்த் தூக்கமும்
புகைந்து நிற்கும்
பெண்டிர் வலியும் என்றாலும்
மௌனம் காத்து
கிழித்துக் கொண்டிருக்கிறார்
சீட்டுக்களை ✲

புது மண்வீடு

கதிர் சாய்ந்த வரப்பில்
நெல்மணிகளை மிதிக்காமல்
நடக்கத் தெரிந்த
விவசாயக் கால்களுக்கு
முத்தமிட்டுக் குளிர்விக்கும்
மார்கழிப் பனித்துளிகள்.

தும்பைப்பூ செடிகளில்
தட்டான்களோடு திரியும்
சிறுமியைத் துணைக்கழைத்து
ஆற்றங்கரை போகிறாள் இல்லத்தரசி
புதுமண் எடுத்து வர.

கண்ணிகளில் சலசலக்கும்
கெளுத்தி மீன்களைக் கடக்கும்போது
பொங்கல் முடியட்டும் என்ற
உள்ளத்து ஒலிகேட்டு
கோரைக்குத்தில் ஒளியும் மீன்கள்.

சொந்தமில்லை வயலெனினும்
மடைகசிந்து வடியும் நீரை
கண்டும் காணாமல்
கடந்திடுமோ கால்கள்
ஒருகை சேறள்ளி
பூசி அடைத்துவிட்டு

முந்தியில் கட்டிய அரிசி முடிச்சியை
வாய்க்காலில் விட்டிழுப்பாள்
மதகில் நின்றபடி
பாதி ஊறிய அரிசியின் சுவையில்
கடைவாயில் பால்வழியும்
துணைபோகும் சிறுமிக்கு.

எடுக்காத இடம்தேடி
எடுத்துவந்த புதுமண்
அணைகட்டி ஊறும்
வாசலில் சிலநாள்.

சாந்தாகக் குழைபடும்
மண்ணெடுத்து
மனை முழுதும் பூசிப்பூசி
உள்ளங்கை மெலியும்.

புதுப்பானை சட்டிகள்
போட்டி போட்டு மின்னிக் கொண்டிருக்கும்
தீத்துக்கல் தீட்டிய புதுமண் தரையுடன்
சிம்னி ஒளியில்.

விடிந்தால் பொங்கல்
பிள்ளைகளின் உள்ளத்தில்
இனித்துக் கிடக்கும் விருப்பமறிந்து
கடைவீதி புறப்படும்
கணவனிடம் சொல்கிறாள்
"இந்த வருடமாவது ஒரு கட்டாக
வாங்கிட்டு வந்துடுங்க கரும்பு"
பொங்கல் பானையையும், கரும்பையும்
மாடத்தடியில் நீர்க்கோலமாக
வரைந்துகொண்டிருக்கும் மகள்
புன்னகைக்கிறாள் ✿

கலையும் சுவடுகள்

இதே வாசலில்
காலையில் நடந்து சென்றவரை
மதியம் ஊர்தியில் ஏற்றிவந்திருந்த மரணம்
அங்கேயே அமர்ந்திருந்தது சில மணிநேரம்
அதன் மணம்
ரோஜாவின் வாசனையாக்கப்பட்டதை மீறி
நெடியடித்து இதயம் கமறி
கண்ணீர்த்துளிகளை
உதிரவைத்துக் கொண்டிருந்தது
பின்பு, கனத்த மனதோடு
அவரைத் தன்மீது தூக்கிப் போட்டுக் கொண்டு
அங்கிருந்து அது புறப்பட்டபோது
கொட்டப்பட்ட தண்ணீரில்
கரைந்தோடின மரணத்தின் சுவடுகள்.
உடனடியாகத் துணிப்பந்தல் சுருட்டப்பட்டு
நாற்காலிகள் தூக்கிச்செல்லப்படுகின்றன
சற்றைக்கெல்லாம் உலர்ந்துவிடும்
வாசலின் ஈரமும் ✿

வனம் திரும்பாத பறவைகள்

ஒடிந்து விழும் உறவுக்கிளைகளுடன்
சேர்ந்து விழுத்தடிபடும் வாழ்வு
பற்றுதல்களின் பாரம் தாங்காது
முன்பறியத் தெரியாது
தோற்றுக்கொண்டிருக்கும்
நம்பிக்கை முட்களில்
விழுந்து விழுந்து
கிழிபடும் நினைவுகள்
'வனத்திற்குப்போ' வென விரட்டியடித்தாலும்
கூண்டிற்கே திரும்பி வந்து
குந்திக்கொள்ளும் பறவைகள் ✺

2005க்குப்பின் எழுதிய கவிதைகள்

ஒளியுமிடம்

நிற்கும் இடந்தோறும்
குறிகள் புணர்ச்சி பற்றி
உரத்துப்பேசி
மனங்கூச வைக்கும்
மதுபானப் பிரியர்களின்
வார்த்தை நாற்றம்.

ஒட்டல்... உரசல்
உடன் வருதலென
போய்ச்சேரும் இடம் வரைக்கும்
தொல்லைதரும் தொடரல்கள்...

கடந்துசெல்லும்
எல்லா பெண்களுக்கும்
உடல் அளவு கணக்கெடுக்கும்
'நவீன் ஸ்டோர்' நண்பர்கள்.

சந்தக்கடை, சாக்கடைக்குளம்
மூத்திரச்சந்து தாண்டி
இடை ஆடாது... நெஞ்சு குலுங்காது
கால்தடுக்க நடையில் ஓடி
சென்றுசேர்கிறேன் நாளும்
எனக்கொரு வீடிருக்கிறது
ஒளிந்துகொள்வதற்கு ✪

ஞாயிற்றுக்கிழமையின் நினைவுகள்

ஒட்டடை தட்டி வீடு துடைக்கும்போதே
கண்ணாடியில் ஒட்டிய
பொட்டின் பிசிபிசுப்பையும்
துடைத்தெடுக்க வேண்டும்
மங்கலாகத் தெரிகிறது முகம்.

துணி துவைத்து முடித்தவுடனேயே
மதியச் சாப்பாட்டின்
கூடுதல் அயிட்டங்களுக்கு
வெயிலுக்கு முந்தி
கடைக்குப் போய் வரவேண்டும்.

சிற்றுண்டி முடிந்ததுமே
குழந்தைகளை எண்ணெய் தேய்த்துக்
குளிப்பாட்டி விடவேண்டும்
'பாட்டுக்குப்பாட்டு'
பார்த்துக்கொண்டே
காய்கறிகள் நறுக்கிவிடலாம்.

குக்கர் அடுப்பிலிருக்கும்போதே
தோசை மாவரைத்துவிட வேண்டும்.

குழந்தைகள்
பள்ளியில் திட்டுப்படக்கூடாது
நினைவாக இருந்து
நகம் வெட்டி விட வேண்டும்

சீயக்காய் அரைக்கப்போகையில்
தோல்பைகளையும்... காலணிகளையும்
அள்ளிச் சென்று
பழுது பார்த்திட வேண்டும்.

முகம் சுளித்து வாடி நிற்கும்
செம்பருத்திச் செடியிடம்
மன்னிப்புக் கேட்டு
இரண்டு மூன்று குடமாகச் சேர்த்து
ஊற்றிவிட வேண்டும் தண்ணீர்.

மாலையில்
கண்காட்சி தியேட்டர் என
இழுபடாமல்
கோயிலுக்குச் சென்று
கொஞ்சநேரம் உட்கார்ந்துவரலாம்
இப்போதே இவரிடம்
சொல்லிவிட வேண்டும்
பாத்திரங்களைத் திரும்பி வந்து
ராத்திரிக்குத் துலக்கிக் கொள்ளலாம்
அப்பாடா..!
நாளைக்கு ஞாயிற்றுக்கிழமை
வேலைக்குப் போக வேண்டாம்! ✪

கொடி படர்ந்த ம்னசு

மனப்பரண்களில்
அடுக்கப்பட்டிருக்கும்
சின்ன வயதில்... ஆற்றங்கரையில்
அலைந்து... பொறுக்கி
கட்டிச் சுமந்துவந்த
பட்ட விறகுகளின்மீது
படர்ந்துகிடக்கிறதொரு கொடி
அன்றது...
படர்ந்திருந்த பெரிய விறகினை
எடுக்காமல் விட்டு வந்ததற்காக... ✪

ஒருவர் விளையாட்டு

துயர் கவிழ்த்தி இருள் நிறைத்துச்
சோகத்திரைகள் சுற்றிலும் தொங்கவிட்டுத்
தன்னுள் மௌனம் பேசி
எண்ணப்பை நிறைய வைத்திருக்கும்
சீட்டுக் கட்டுகளை
எடுத்துக் கலைத்துப்போட்டு
எந்தச் சீட்டினை
எடுத்தென்ன... வைத்தென்ன
எதிராளியில்லாத ஆட்டத்தில் ✡

விடைபெறும் புன்னகை

எதிர்க்குரலற்ற
என் ஓயாத அழைப்புகள்
வானமெங்கும் உடைந்து கிடக்கின்றன
துண்டு துண்டு மேகங்களாக.

நிராகரிப்புத் தழும்புகளை
மறைக்கமுடியாத புன்னகை
விடைபெற்றுக் கொண்டது.

வெறிக்கும் விழிகளில்
அடர்ந்த வெறுமை
இருட்டிக் கொண்டிருக்கிறது
சிறுதுளிகளுமின்றி ✿

கையறுநிலை

தாழ்வாரக் கம்பத்தில் வண்ணக் கயிறுகட்டி
வளர்த்து வந்த ஆட்டுக்குட்டி
தன் வயிறு குறைத்து சோற்றுடன் கஞ்சித் தண்ணி
ஊற்றி வளர்த்த குட்டி

பாலக் கொடிகளும் பசும்புல்லும் தேடித்தந்து
தின்னக் கொடுத்த குட்டி.

பட்டு ரோமமும் - பளபளக்கும் சிறுகொம்பும்
தொட்டு வளர்க்க... துள்ளி நின்ற செல்லக்குட்டி
ஐந்நூறு ரூபாய்க்கு ஆறெழுபேர் கேட்டும்
'புள்ள'யத் தரமாட்டேன் யென பொத்தி வளர்த்த குட்டி
அஞ்சு ரூபா துட்டுக்காச மஞ்சள் துணிமுடிந்து
ரெட்டக்குட்டி போடணும்னு
எட்டுக்குடி முருகனுக்கு நேந்துக்கிட்ட அழகு குட்டி.

பகல் கரையேறும் நேரம் பாவிமக கரையேறி
கவிழ்ந்த இருட்டுக்குள்ள கைகாலில் முள்ளு தைக்க
கறுவையும் - கிளுவையும் ஒடித்து நார் உரித்து
கட்டி தலைசுமந்து - கழுத்து குன்னி வரும்போது
கண்ணுபட்டுப் போயிருச்சோ..?
பேருந்தில் அடிபட்டு... பிணமா கிடக்கிறதே
கறிபிரித்து குழம்பாக்க... காத்திருக்கும் ஊராரே
கண்ணுக்குத் தெரியாம... கண்மணியத் தூக்கிப்போங்க
பாதகத்தி விரிச்சபாயில் பழியா கிடப்பவனைப்
பார்த்தாலும் சொல்லிடுங்க கறுப்பியும் இறந்து
கையொடிஞ்சும் நிக்கிறேனு... கண்ணீரில் குளிக்கிறேனு ✪

சொல்லாமலே

வெடித்த வயல் வரப்புகள்
புதர் மேடுகளுக்கப்பால்
சிற்றலைகளில் வைரங்களாய்
வெய்யில் மின்னிக் கிடக்கும்
குளத்திலிருந்து...
இரட்டைக் குடமெடுத்து
தண்ணீர் சுமக்கிறார்கள்
தாயும்... மகளும்
பண்ணைய வீட்டுத்
தென்னம்பிள்ளைகளுக்கு.

சற்று கழிந்ததும்
செம்பில் தேநீர் வாங்கி வந்து
சுடச்சுட வாயில் ஊற்றிக்கொள்ளுங்கள் என்று
ஆற்றித் தந்துவிட்டுப் போகிறார் தந்தை.
சும்மாடு நழுவி... கழுத்து குன்னி
தடுமாறிய சுமை இறக்கி
அரைஅரை குடமாய் ஊற்றி
சீக்கிரம் செல்லலாம் என்கிறாள் மகள்.

அப்படிச் செய்யக்கூடாது
பாவம் தென்னம்பிள்ளைகள்
இரக்கப்பட்டு மகளை
நிழலிருந்து இளைப்பாறச் சொல்லி
தான் மட்டும் போய்வரும் தாய் பார்த்து
அடுத்த நடைக்கே...
எழுந்தோடுகிறாள் மகள்
வெய்யிலிலேயே கிடந்தாலும்
கலையாகத்தான் இருக்கிறாய் என்று
கோணலாகச் சிரித்துக் கண்சிமிட்டி கூப்பிட்ட
சின்ன முதலாளி முகத்தில்
சாணியள்ளி வீசியதைச்
சொல்லாமலேயே...

நீலநிறப் புடவை

பிறகெடுத்துக் கொண்ட புடவைகள்
மடிப்புக் குலையாமல் இருக்கின்றன.

என் நீலநிறப் புடவை வெளுத்துவிட்டது
வெளுத்த அழகில்
மேலும் கூடியிருக்கிறது அதன் மென்மை.

நிகழ்வொன்றிற்கு உடுத்திச் சென்றிருந்த
என் நீலநிறப் புடவையைத் தொட்டுச் செல்கிறாள்
தெரிந்தவளொருத்தி
'இப்போதெல்லாம் குறைந்த விலைக்கே
சேலைகள் கிடைக்கின்றன' என்று
சொல்லியிருந்தால் நம்பியிருக்கமாட்டாள்
எப்படித் தோன்றுகிறேன் என்பதைவிட
எது எனக்கு மென்மையாக இருக்கிறதோ
அதுவே என்
நிகழ்வுகளின் மகிழ்வுணர்வு என்பதை ✪

பயணம்

கண் பார்வையற்றவரின்
புல்லாங்குழலில் மென்மையாய் இசைந்த
ஓசைக்கென அவர் தன்
இடுப்பில் கட்டியிருந்த அலுமினியக் குவளையில்
விழுந்துகொண்டிருக்கின்றன
நாணயங்கள்.

சூளையின் லாவகத்தோடு அடுக்கப்பட்ட
பழங்கள் குறைந்து
கனத்துக் கொண்டிருக்கின்றன
கூடைக்காரியின் சுருக்குப்பை.

ஒருவர் வாங்கி வந்திருந்த
செய்தித்தாளும்... இதழ்களும்
பலராலும் புரட்டப்படுகின்றன.

வியாபாரக் குரல்களில்
விழித்து... விழித்து கண்மூடிக் கொள்கின்றனர்
முதியோர்கள்.

காந்த உருளைகளை உரசி
தவளையை விழுங்கிய
பாம்பின் குரல் வரவழைத்து
குழந்தைகளைக் கவர்ந்து... அவற்றை
விற்றுத் தீர்க்கிறான்... இளவயது வியாபாரி.

குழந்தையின் வளைவுக்கோட்டை போன்ற
மலைத் தொடர்ச்சியைத்
தொடர்ந்து... தொடர்ந்து
தோற்றுக்கொண்டிருக்கும் என்னுள்
சடசடக்கின்றன
எடுத்துவரத் தவறிய
வெள்ளைத்தாள்கள்.
எதிர்திசையில்
கடந்து போய்க்கொண்டிருக்கிறது
ஓர் அதிவேக தொடர்வண்டி ⚬

ஆசைகள்

காதுல கெடக்குற
பித்தளத்தட்டய
கழட்டி எறிஞ்சுட்டு
வெள்ளிச்சொரவச்சு
தங்கத்துல சின்னதா
தோடு செஞ்சு போட்டுக்கணும்

கல்யாணம் காட்சினா
எவ்வீட்டு வாசல்லயும்
இரவக் கேட்டு நிக்காம
கவரிங் செயினு வாங்க
காசு சேத்து வைக்கணும்

முள்ளு நறுக்க
மொன மழுங்காத
அருவா ஒன்னு
அவசியம் அடிக்கணும்.

நாலு பேரு முன்னால
அலுமினியக் குண்டானுல
தண்ணி புடிச்சி
தளும்பத் தளும்ப
தூக்கிட்டு வர
வெட்கமாருக்குது
செப்புக் கொடத்த
சீக்கிரமா மீட்டணும்

புள்ளங்க எல்லோரயும்
டவுனுக்கு கூட்டிப்போயி
முனியாண்டி ஓட்டல்ல
பிரியாணி சாப்புடணும்.

செத்தா குளிப்பாட்டி
மாலபோட்டு உக்காரவைக்க
எவருவீட்லயும் போயி
இரவ நாற்காலி தூக்காம
நம்மூட்டு வாசல்ல... ஒரு
நாற்காலி வாங்கி போட்டுடணும், என்ற
ஆசை நினைவுகளுடன்
இந்த மூட்டையோடு
சரியாகியிருக்கும் என்று
எண்ணி நிமிர்கையில்...
இன்னொரு மூட்டையை
இழுத்து வந்து
கொட்டிவிட்டுப் போகும்
முதலாளி வீட்டில்
விளக்கு வைக்கும் நேரம்வரை
குறுக்கொடிய தவிடுபுடைத்து
குவித்த குருணையில்
ஒருபடி அளந்து தருவதை
மடியில் கட்டி வந்து
மக்களுக்குக் கஞ்சி காய்ச்சி ஊத்தி
வயிற்றுப் பசியாற்றி
வளர்த்த மக்கள்
குறைபட்டு பிரிந்தபின்பு
புத்தி பேதலித்து
விழுந்து கிடக்கையிலும்
மக்கள் எல்லாரையும்
பாத்தபெறகுதான் கண்ணமூடணும்
கடைசி ஆசையும் நிறைவேறாது
உயிர் நீங்கும்
கிராமியத்தாய்களின்
ஆசைகள் இருக்கின்றன
உயிர் உருக்க ஒப்பாரிவைக்கும்
மற்ற தாய்களிடமும்
எப்போதும் கிராமத்தில் ✪

ஒரு கோப்பை தேநீர்

மிகவும் சோகமான வேலை
தனக்குத் தானே
ஒரு கோப்பை
தேநீர் தயாரித்துக் கொள்வதுதான் ✪

பிழைப்பு

காட்டுவாசியின் கம்பீரம் மறைந்து
நகரின் தந்திரசாலியாய் சிறுத்துப்போன
நட்புறவு உதிர்க்கும் ஞெகிழி மலர்கள்
உறுத்துகின்றன மனதில்.

திருப்பங்களில் அவசரத்துடன் நின்றுகொண்டு
நொச்சி மணக்கும் வழித்தடங்களை
மெச்சிக் கொண்டிருக்கிறது காலம்

ஈரவைக்கோல் மூட்டமிட்டுக்
கொசு விரட்டிய புகை
வத்திச்சுருள் வளையங்களில்
சுழன்று கொண்டிருக்கிறது.

வீட்டோர வாய்க்காலில்
ஊறவைத்த நெல் மூட்டைகளைப்
புரட்டிப் புரட்டிப் பார்த்து
விட்டுச் செல்லும் நீரோட்டமாய்
குறிக்கோள்களில் ஒன்றினைக்கூட
நகர்த்த முடியாமல்
போய்க்கொண்டிருக்கிறது பிழைப்பு ✪

நினைவில் விழும் கற்கள்

இப்போது நினைத்தாலும்
வருத்தமாக உள்ளது
காயவைத்த தானியங்களைக்
காவல்காக்கும் சிறுமியாக
காக்கைக்குருவிகள் மீது
கல்லெறிந்து கொண்டிருந்ததை ✺

கூந்தல் வனம்

அடைபட்ட குகையின் ஒலியாகத்
தனக்குள் எதிரொலிக்கும்
வார்த்தைகளின் பேரிரைச்சலில்
உள் உறைந்த குருதிக்கற்கள் உடைத்து
தன் மீதே வீசிக்கொள்கிறாள்.

பொற்கட்டி நினைவுகளை
தூக்கி மறைந்துகொண்ட
மாயனின் தடம்தேடி
வெளிதோறும் அலைகிறாள்
உதிர்ந்து விழும்
வாழ்வின் பாகங்கள் எத்தியபடி.

அவன் நினைக்கும்நேரத்தில்
திரண்டுவரும் மேகமென
வெளுத்த வான் பார்த்து
சபதம் முடியாத இயலாமைகளுடன்
மனதில் விரிந்து கிடக்கும் கூந்தலை
முடிய முடியாது
அடர்ந்து பெருகும்
மயிர் வனத்தில் சிக்கித் தவிக்கிறாள்
நவீன பாஞ்சாலி ✪

மழை விளையாட்டு

உடைந்து விடுமெனத் தெரிந்தே
நுரைக் குமிழிகளை... ஊதிப் பெருக்கவைத்துப்
பறக்கவிட்டு... பரவசங்கொள்ளும்
குழந்தைகளின் சுவாசத்தில்
ஈரமாகும் காற்று.

அவர்களுடன் விளையாட விரும்பி
எப்போதாவது
குளிர்ந்து பொழியும்போது
'மழையில் நனையக்கூடாதென'
பிள்ளைகளை உள்ளிழுத்துச் சென்று
ஜன்னல்களையும்
சாத்திவிடுகிறோம் நாம் ✪

நதியில் துவைத்த துணிகள்

இருமரக் குறுக்கில் முடிச்சிட்டு
ஒற்றையடிப் பாதைகளாய் தனித்து கிடந்த
கொடிகளில் காற்றாடி உலர்ந்த
நதியில் துவைத்த துணிகள்
அடுக்ககங்களின்
அந்தரத்து இரும்புக்குச்சிகளில்
விழுந்தால் எடுக்கமுடியாத
விபரீதங்களுடன் உலர்கின்றன
கம்பங்களின்
உச்சியில் படபடக்கும்
கட்சித் துணிகளின்
எகத்தாளத்துடன் ✺

உதிரும் வண்ணங்கள்

வரவேற்பறை ஒடுக்கம்
வளைவுக் குகை சமைக்குமிடம்
இடுக்கு முடக்கு படுக்கையறை
எலிப்பொந்து கழிவறையே குளியலறையும்
வியர்வையிலும் கரைந்தோடும் அழுக்கென்பதால்
சிக்கனமாகும் தண்ணீர் கொஞ்சம் குளிக்கும்போது
எப்போதாவது வரும் உப்புத் தண்ணீரைத்தான்
"இருபத்து நாலுமணிநேர வாட்டர் சப்ளை"
என்றுரைக்கப்படும் முன்பாக.

முதல்நாள் உருவப்படும் சம்பள உறையின்
முக்கால் பங்கு
காற்றைக் குடித்து காப்பாற்றிக் கொள்ளலாம்
கடைசி வாரத்தில் உயிரை என்றாலும்
சமான்கள் அடைக்கவும் சரிபடாத கிடங்கில்
கடன்வர மட்டுமே வழி இருக்கிறது

அஞ்சி நடுங்கி ஆமையாய் உள்ளொடுங்கி
நட்புறவு வருகையை-நயமாகத் தடுத்து
சவப்பெட்டியிலிட்ட
பிணமாய் அடங்கிய வாழ்வில்
வண்ணக்கலவையை வைத்துக் கொள்வதற்கென
விருப்பப்பட்டு வாங்கிய மேசையில்
பள்ளிக்கூடப் பைகளும், வால் அறுந்த பட்டங்களும்

இயற்கையின் எழில்மிகு இன்பவெளியை
எங்கு அமர்ந்து வரையலாமென்ற
தூரிகைக்காரியின் ஓவியக் கனவுகள்
சுவர்க்குச் சுவர் மோதி உதிரும்.
நிறக்குவியல்களாக
வாரிக் கொட்டப்படுகின்றன நாளும்
மணியொலிக்க வரும்
குப்பை லாரியில்! ✤

பார்வையாளர் வரிசையிலிருந்து

நட்பொளிரும் கண்களுடன்
நிழல்களிலிருந்து
சேகரித்து வந்த நினைவுகளைக்
கலந்துகொண்டிருக்கிறாள் காற்றில்
தனக்குக் கறுத்தநிறம் வாய்க்கவில்லையே!-என்று
மெய்யாகக் கவலைப்பட்ட ஒருத்தியை
அப்போதுதான் நேரில் பார்த்தேன்
எள்ளலுடன் குறைசுட்டிப் பேசும்
அவளின் பேச்சுமொழி புன்சிரிப்பில்
ப்ரியமுடன் கலக்கிறேன்...
வாய்ப்புக் கிட்டும்போதெல்லாம்
பார்வையாளர் வரிசையிலிருந்து.. ✪

(திராவிடர் கழக அருள்மொழி அவர்களுக்கு)

எரிந்துகொண்டேயிருக்கும் மிருகத்தின் உதடுகள்

அது ஒரு இடம் அல்லது அறை
என்றே அழைக்கப்படுகிறது
எல்லா வீடுகளிலும்...

எனக்கோ தீராமல் என்னை
மென்றுகொண்டிருக்கும் மிருகம்
ஆடவர்களும் அவ்விடத்தை எப்போதாவது
எட்டிப் பார்ப்பதுண்டு.

ஆனாலும் ஒருபோதும்
அதன் வாயில் குதறுபடாத அவர்கள் வாழ்வு
கடமைகள் பல புரிந்த காவிய வாழ்வாகி
வரலாற்றுச் சுவர்களில் வரையப்படுகின்றன
விதவிதமான தோரணைகளுடன்...

நறநறவென என் சிந்தனைகளை
கடித்துக் குதறும் அதன் கோரப்பற்களுக்குள்
நானாகவே புகுந்துகொள்ளும் நிர்ப்பந்தம் நாளும்...
என் கரங்களை சுட்டுக்கொண்டே இருக்கும்
அம்மிருகத்தின் உதடுகள்
எரிந்துகொண்டே உள்ளன.

என் கால்களை இழுத்து
இறுக்கித் தன்னிடமே நிற்கவைத்துக்கொள்ளும்
அந்த வலிய மிருகத்தின் பற்களையும்
நானே துலக்கித் துலக்கிச் சுத்தம் செய்வதில்
தேய்ந்துகொண்டே இருக்கும்
ஆயுளின் இறுதி நாட்களுக்குச்
சில தினங்கள் முன்பாக என் சமையலறை
மிருகமே என்னை வெளியேற்றிவிடும்
அதனிடமிருந்து
அப்போது
நீரும் நிறமும் இழந்த
ஒரு தாழம் பூ சருகினை
காற்று தூக்கிச்சென்று
காண முடியாது உதிர்த்துக் கொண்டிருக்கும்
வெளியெங்கும் ✿

இளம்பிறை கவிதைகளைப் பற்றிய விமர்சனங்களும் மதிப்பீடுகளும்

சமகால பெண் கவிகளுக்குள்
ஒரு சமூகக்கவி

இப்போது பெண் கவிஞர்கள் பத்துப்பேருக்கு மேல் தமிழ்நாட்டை கலக்கிக் கொண்டிருக்கிறார்கள். இவர்களின் கவிதைக்கு மொழி, உத்தி எல்லாமும் பிரமிப்பூட்டுவதாகவும் அதிர்ச்சியூட்டுவதாகவும் உள்ளன என்கிறார்கள். ஆனால் அவை எளிய உண்மைகள். பிறவிக் குருடனுக்கு மெல்ல மெல்லக் கண் தெரியும்போது பார்க்கிற எதுவும் எல்லாமும் அதிர்ச்சிகளே; பிரம்மாண்டங்களே. பெண்களைப் பற்றி பெண்களே, தங்களை உள்ளும் புறமும் உரித்துவைக்கிற அநேகமும் அவ்வாறே தெரிகின்றன பலருக்கும்.

இப்படி புயலாய்ப் புறப்பட்டிருக்கும் பெண் கவிஞர்களில் இளம்பிறை பல விதங்களில் முக்கியமானவர். கிராமத்தின் அணுக்களில் ஆன வெள்ளந்தி மனது எதிர்கொள்ளும் வஞ்சகம், போட்டி, பொறாமை, ஏழ்மை, ஏமாற்று என்று எல்லாமே தணிக்கை செய்யப்படாமல் மிகவும் நேர்மையாக கவிதையாகின்றன. அவர் உழைப்பில்.

உதிர்ந்து கொண்டிருக்கும்
தன் சிறகுகளை
பூச்சிகள் இழுத்துச் செல்வதைப்
பார்த்துக் கொண்டிருக்கும் பறவைக்கு

எனுங் கவிதை சென்று துலக்கும் சங்கதிகளும், தளங்களும் நிறைய.

இவ்விதம் தமிழின் மேன்மைமிக்க கவிதை வரிகள் இந்தத் தொகுப்பில் நிறைய... ஆதிகாலம்; அரசர்கள் காலம்; தாதாக்கள் காலம்; குடியரசு காலம் என்று எல்லாக் காலங்களிலும் ஏமாற்றப்படுபவளாகவே பெண் தெரிகிறாள்.

சொல்லாமல் போய்விடு
நம்பகமற்ற சொற்களை
இனியேனும்.
இன்னோரிடத்தில், சொல்கிறார்
கலவரப்படுத்தித்
திறக்க வைக்கும்
மனப்பிரமைகளால்
கதவிடுக்குகளில்
பதிந்து கிடக்கின்றன விழிகள்

ஏமாற்றினானோ, தவறினானோ அவன் உரிய காலத்தில் வரவில்லை பெண் மனம் சொல்லும் இக்கவிதை, சங்ககாலக் கவிதைக்கு இணையாகவோ மேலாகவோ தோன்றுகிறது

நனைந்த பறவையின்
சிலிர்ப்பில் தெறிக்கும்
துளிகளின் பரவசத்தோடு
பசுமை பொங்க
சிலிர்த்து நின்றது மரம்
இத்தனை காலம் மழை
வராமலிந்த கோபம் தள்ளி

கர்ப்பம் தாங்கிய பெண்ணின் உடல் மொழிகள் மன மொழிகள் கவிதைகளில் அபாரமாய் விழுந்திருக்கின்றன.அசல் கவிஞரின் மனமும் மொழியும் இவை:

பூனையின் பளிங்கு கண் பார்த்து கூறினேன்
"நான் இருக்கிறேன்"
வால் உரச... நெருங்கி உட்கார்ந்து கொண்டது.

பூவரச மரங்கள் இந்தத் தொகுப்பில் பல இடங்களில் வருகின்றன, ஏழைப் பிள்ளைகளில் இடமும், ஒய்யாரமும் மளிகையும், சொர்க்கமும் அவை கிராமத்தில் அதன் மொட்டு ஒரு அழகு; மஞ்சள் பூ ஒரு அழகு; வாடியபோது ஒரு நிறம் - என்று எல்லாமே அழகு. காயில் முள் குத்தி காற்றாடி விடுவதும் என்று ஏழைப் பிள்ளைகளின் இதயங்களில் உட்கார்ந்து கொண்ட மரம் இளம்பிறையின் கவிதைகளில் அடிக்கடி வருவது தமிழ் மண்ணை அள்ளி அடிக்கடி முகரும் அனுபவமாகிறது.

யாருக்காகக் கவிஞர் விசனப்படலாம். சொல்கிறார்.

இழுத்துக் கட்டப்படும்
கன்றுக் குட்டியின் ஏக்கம் குறித்து
என்ன பேசிவிட முடியும்
மடிபார்த்துப் பழக்கப்பட்ட
வியாபாரிகளிடமும்... தரகர்களிடமும்...

காதலில் கசப்பான அனுபவங்களைச் சுமந்தும், கோடி வேதனைகளை அதன்பொருட்டு சொந்த வாழ்வில் அனுபவித்த பின்னும் எழுதுகிறார்.

சூரிய உக்கிரத்தில் கடுங்காற்றில்
மழையில் பனிப்பொழிவில்
உட்கார்ந்திருந்தது குருவி
இணையின் சிறகொலி கேட்க.

இளம்பிறை தமிழுக்குக் கிடைத்த அபூர்வமான கவிஞர். இன்னும் அவர் ஏராளம் படைக்க வேண்டும். படைப்பார்

செப்டம்பர் 2003 'புத்தகம் பேசுது' இதழில்
*கவிஞர் **கந்தர்வன்**.*

சீக்கிரமா சமச்சித் தாரேன்...
சிடுசிடுன்னு பேசாதய்யா...

பெண் கவிஞர்கள் என்கிற பாகுபாடு தேவைதானா என்பது எனக்கு இன்னும் நல்ல கவிதைகளை. அவர்கள் பெண்கள் என்கிற சலுகை தேவையின்றி ரசிக்க முடிகிறது.

சில கவிதைகளை அவர்களால்தான் எழுத முடியும் என்றும் ஒரு வாதம் இருக்கிறது. அதனுடன் எனக்குச் சம்மதம் இல்லை. (இதே வாதத்தைத் தலித் கவிஞர்களுக்கும் சொல்கிறார்கள்)

'நல்ல எழுத்தில் empathy and sympathy வேண்டும்' என்கிற பழைய பள்ளிக்கூடத்தைச் சேர்ந்தவன் நான். எனக்குப் பெண் கவிஞர், ஆண் கவிஞர், கவிதாயினி, பாடினி போன்ற பாகுபாடுகள் அவசியமில்லை.

மெள்ள மெள்ளத் தமிழ் மொழியிலேயே பெண்பால் விகுதிகளும் உயர்திணை-அஃறிணைக் குறிப்புகளும் நீங்கி, ஆங்கிலத்தில் போல் ஆகிவிடும் அல்லது மலையாளத்தில் போல் எல்லாமே அஃறிணையாகிவிடும்.

ஒரு மொழி வளர்ச்சியின் - முதிர்ச்சியின் கட்டாயம் இது. இப்போது ஆண் - பெண் இருபாலரையும் 'டா' போட்டு பேசுகிறோம் அல்லவா. அதுபோல்.

குட்டிரேவதியின் 'முலைகள்' என்கிற கவிதையில் அந்த அவயங்கள் துடைத்து அகற்ற முடியாது இரு கண்ணீர்த் துளிகளாய்த் தேங்கி தளும்புகின்றன' என்கிற metaphor பெண்மைக்கு அப்பாற்பட்டது.

அதேபோல் இளம்பிறையின் கவிதைகளை, அவர் பெண்பாற்புலவர் என்கிறதை மறந்தும் என்னால் ரசிக்க முடிகிறது.

ராஜமார்த்தாண்டன் தன் முன்னுரையில் சொல்வதுபோல் ‘பெண் கவிஞர்கள் என்று பகுத்துப் பார்ப்பது ஒரு தெளிவுக்காகவும் சௌகரியத்துக்கும் தானேயல்லாமல் பிரிவினைப்படுத்தலாகாது’.

1993இல் ‘மௌனக்கூடு’ என்கிற இவரது தொகுப்பு வந்தபோதே, ‘அம்மா’ என்கிற கவிதையைக் கவனித்து எழுதியிருந்ததாக ஞாபகம்.

இப்போது ‘நிசப்தம்’ என்கிற தொகுப்பின் அப்பாவைப் பற்றிய முதல் கவிதை என் அப்பாவை நினைவுபடுத்தியது.

பின்னுரையில், ‘முதல் தொகுப்பை, சொந்தக்காசை செலவழித்துப் பிரசுரித்துவிட்டு,விலைபோகாமல் செல்லரிக்கும் நிலைக்கு வந்து,நண்பர்களுக் கெல்லாம் இலவசமாகப் பிரதிகளைக் கொடுத்துத் தீர்த்தேன்’ என்று எழுதியுள்ளார்.

இன்று 2003இல் ‘ஸ்நேகா’ வெளியிட்டிருக்கும் ‘முதல் மனுசி’ என்கிற இவரது மூன்றாவது கவிதைத் தொகுப்பின் அமைப்பையும் சித்திரங்களையும் காகிதத்தின் தரத்தையும் அச்சு நேர்த்தியையும் நோக்கும்போது, கவிதைப் புத்தகங்களுக்கு அந்தஸ்து வந்திருப்பது தெரிகிறது.

ஆத்மாநாம், உமாமகேஸ்வரியின் தொகுப்புகள் முன்னுதாரணங்கள். இளம்பிறையின் கவிதைகளில் நான் மிகச் சிறந்ததாகக் கருதும் ‘அறுவடைக்காலம்’ என்கிற கவிதை தினமணிக்கு அனுப்பப்பட்டு கவிஞர்கள் இன்குலாப், கனிமொழி, வண்ணதாசன் போன்றவர்கள் இருந்த தேர்வுக் குழுவினரால்கூட கவனிக்கப்படாமல் பிரசுரிக்கப்படவும் மறுக்கப்பட்டது என்ற செய்தி எனக்கு ஆச்சரியமாக இருந்தது.

‘அல்லுபகல் உழைப்பவள
அடிக்கடிக் கையை நீட்டாதய்யா
சீக்கிரமாக சமச்சித் தாரேன்
சிடுசிடுன்னு பேசாதய்யா..
கழுத்தக் கட்டித் தூங்குற
கண்மணிக்கு ஆதரவா
துணி மூட்டத் தலையணைய
துணையாகச் சேத்து வச்சி
உங்களுக்கு முன்னெழுந்து
உழைப்பவள வைய்யாதய்யா...’

இவ்வாறான மிக உருக்கமான கவிதை அது.

இளம்பிறையின் ‘நீ எழுத மறுக்கும் எனதழகு’ என்பது உண்மையாக இருந்து சங்கடப்படுத்துகிறது.

‘முதல் மனுசி’ தொகுப்பில் கிராமத்தில் வளர்ந்த பெண்ணை நகர மத்தியில் நடுவதன் தவிப்பு ‘புது மார்கழி’யில் தெரிகிறது.

22.06.2003 - ஆனந்த விகடன் இதழில் எழுத்தாளர் **சுஜாதா**

பகட்டு, பாசாங்கு, பொய்யான பாவனைகள் ஏதுமில்லை

'முதல் மனுசி' எனும் இளம்பிறையின் கவிதைத் தொகுப்பு கிடைத்தது. கொடுக்கப்பட்டபோது, கையில் புரண்ட பக்கங்களிடையே அச்சிடப்பட்ட 'ஆர்ட் காகிதம்' நிறைந்த புகைப்படங்களில் 88ஆம் பக்கத்தில் இருக்கும் ஓர் உருவம் புத்தத் துறவியா, சன்னியாசியா, பிரம்மச்சாரியா எனத் தெரியாது விரல்களைக் கோர்த்து கையுயர்த்தி விரல் இடுக்கின்மூலம் சூரியனைத் தரிசிக்கும் சிற்பம் என்னை மிகவும் கவர்ந்தது.

எங்கிருந்து எடுத்தது இந்தச் சிற்பமும், புகைப்படமும்? இதற்குமேல், ராஜமார்த்தாண்டனின் நீண்ட கட்டுரை. எனக்கு அப்போதே அறிமுகமாகும் ஒரு கவிஞரின் தடபுடலான தொகுப்பு கொஞ்சம் திணற அடித்தது. மற்றும் ஒரு நண்பர் பயமுறுத்தும்

தெய்வப்பெயர் கொண்ட, இனிமையான சிரித்த முகம்கொண்ட நண்பரின், கவிஞரையும், ராஜமார்த்தாண்டனையும், கவிதைகளையும் ஒரே வீச்சில் உதறி எறிந்த மதிப்புரை எல்லாம் நல்ல அறிமுகமில்லை.

ஆனால், கவிதைத் தொகுப்பை தற்செயலாகப் படிக்கத் தொடங்கியதும், ராஜாமார்த்தாண்டன் வெற்றுப் புகழ்ச்சியில் தட்டிக் கொடுத்தவரில்லை. மனதில் பட்டதைத்தான் தயக்கமின்றி கூறியிருக்கிறார் என்று நிச்சயமாயிற்று, ராஜமார்த்தாண்டனின் கவிதை ரசனையில் எனக்கும் பெரும் நம்பிக்கையுண்டு. அவர் கவிதையிலும்தான். உதறி எறிந்த என் நண்பர்தான் தவறு செய்துள்ளார் என்று தெரிந்தது.

இளம்பிறையிடம் பகட்டு,பாசாங்கு,பொய்யான பாவனைகள் ஏதுமில்லை. சென்னைக்கு வந்துவிட்டாலும் சினிமா என்ற மோகவலையில் சிக்க தானே விரும்பி வந்தாலும் அவர் உணர்வுகளும் சொல்லாட்சியும், பிடிப்பும் அந்தக் கிராமத்து மண்ணையே விரும்புகின்றன. இளம்பிறை கவிதை எழுத வந்த காலம் - இந்த தோரணைகளும் ஆட்சி செய்யத் தொடங்கிய காலம்.

புதிய புதிய சித்தாந்தங்களும் கோஷங்களாகிவிட்ட சிந்தனைகளும் பயமுறுத்தத் தொடங்கிய காலம். ஞானக்கூத்தனும், வைத்தீஸ்வரனும் அதற்கு மயங்காமல் இருக்கலாம். ஆனால் இளம்பிறை? தன் பட்டிக்காட்டுத்தனத்தோடு, இங்கு உலவத் தயங்கியிருக்கலாமே. கவிதையென்றால் இப்படித்தான். சின்ன பெரிய விஷயங்கள்தான். மேகமூட்டமாக மிதந்து வரவேண்டும் என்பது நியதியாகியிருந்தால்.

‘வேர் பறித்துக்கிடக்கும் குழிகளில்
கருவேலம் பூக்களை
நிரப்பிச் செல்லும் மென்காற்று...

என தனக்குத் தெரிந்ததை,பார்த்தைத்தான் எழுதுவேன் என்றும்,

‘சொல்லிச் சிரிக்கும்
சொந்தங்களிடையே
பட்டமரம்..கெட்டமரம்
நான் பெத்த மகளே..நீ
பருவத்திலே இத்த மரம்’

என்று, ‘புலம்பலைக் கவிதையாக்குவேன்’ என்று கிளம்பினால் அங்கீகரிப்பார்களா என்ற தயக்கமின்றி எழுத, நான் பஞ்சவர்ணம் பஞ்சவர்ணமாகத்தான் இருப்பேன் என்னும் மனத்திடம் வேண்டும்.

“சோறு பொங்கி
குலவைப் பொட்டு
கும்மியடித்து
ஒன்றுகூடி
உண்டு மகிழ்ந்தனர
காணும் பொங்கலில்
குடியானப் பெண்களும்
சேரிப் பெண்களும்
அவரவர் தெருக்களில்”.

என்று, ஒரு சாதாரண கிராமக் காட்சியையே எழுதினாலும், ‘அவரவர் தெருக்களில்’ என்பது இன்றைய தினத்தின் அரசியல் நிலைப்பாடாகவும், சமூக விமர்சன நிலைப்பாடாகவும் ஆகிவிடவில்லையா?

"பீஃப் பிரியாணி ஸ்டால்களில்
ஆவி பறக்கின்றன
கதிர கொறிக்க வந்து
ஏமாந்து திரும்பும்
குருவிகளுக்கு எப்படிச் சொல்வது?
பொங்கல் வாழ்த்து."

இந்தக் கவிதையானது,

"குதிரகள் உடைபட்டு
குப்பையில் கிடக்க..."

என்று தொடங்குகிறது. தன் கிராமத்து உணர்வுகளை, பூசாமல், வர்ணமடிக்காமல், அலங்கரிக்காமல், கிராமத்து உணர்வுகளாகவே கிராமத்து மொழியிலேயே இளம்பிறை சொல்லிவிடும்போது, அந்தக் கிராமத்து வாழ்க்கை இன்னும் நிறைய எத்தனையோ

சொல்லிவிடுகிறது.

இதோ. "ஒன்றும்... இரண்டும்" கவிதையின் தொடக்கம்.

'குழந்தை விரைவில் உறங்க
விளக்கணைத்து
வந்த கவிதை பார்க்க
விழித்திருந்து ஒளியேற்றுகையில்
சட்டென விழித்து
விளையாட முற்படும்
பிள்ளை உறங்க மீண்டும் இருளில்'

சம்பிரதாய ஆணாதிக்க எதிர்ப்புச் சீறல்கள் இல்லாமலேயே நிறைய சொல்லியாயிற்று.

'காலை விழிப்பில்
கண்சிமிட்டும் கவிதைகளை
காபி... சிற்றுண்டி
மதிய உணவு தயாரிப்பில்
கண்டுகொள்ள முடிவதில்லை..'

என்று நீளும் கவிதை

'பால் சூடாக்கியபோதும்
நினைத்துக்கொண்டே தானிருந்தேன்
எழுதிவிட்டுத்தான் படுக்க வேண்டும்
இன்றும் வந்துவிட்டதெனக்குக்

கவிதைக்கு முன்
தூக்கம்

இன்னும் வேறு ஒரு தொனியில்...

‘உதிரந்து கொண்டிருக்கும்
தன் சிறகுகளை
பூச்சிகள் இழுத்துச் செல்வதை
பார்த்துக்கொண்டிருக்கும் பறவை’

இது, பெண்ணியம் மட்டும் பேசவில்லை. இழந்ததையெல்லாம் பார்த்துக் கொண்டு ஏதும் செய்யும் சக்தியற்று பலவீனமாகப் பார்த்துக் கொண்டிருக்கும் எந்த நிலையையும் சொல்லியாயிற்று.

‘அப்பாவின் கையெழுத்து’ என்ற ஒரு கவிதை. அதில் ஒரு innocent charm உண்டு.தன் அப்பாவின் அறியாமையை செல்லமுடன் கிண்டல் செய்யும் ஒரு சிறுமியின் குழந்தமை மிகச் சிறப்பாக வந்துள்ளது.

தொகுப்பு முழுவதும் ஒரு அநாவசியச் சொல்லோ. வார்த்தை அடுக்கல்களோ, ஃபாஷனும் பாவனையும் பாசாங்கும் ஆகிப்போன சொல்லாடலோ காண்பதற்கில்லை.

இவையெல்லாம் பற்றி எழுதினால் கவிதையாகுமா, கவிதை என்ற அங்கீகாரம் இன்றைய கவிதைச் சந்தையில் கிடைக்குமா என்று கவலையற்று தன் உணர்வுகளையும் கிராமத்து வாழ்க்கையையுமே எளிய சொற்களில் எழுதி கவிதையாக்கியிருக்கிறார் இளம்பிறை.

நவீன விருட்சம் இதழில்
எழுத்தாளர் **வெங்கட்சாமிநாதன்**

மண் சார்ந்த ஏக்கமும் சில ஞாபகத் தழும்புகளும்

கவிதையை ஒரு பொறியியல் தொழில்நுட்பக் கட்டுமான நேர்த்தியுடனும், புத்திசாலித்தனமான தந்திரங்களுடனும் மறைமுக எதிர்பார்ப்புகளுடனும் முன்வைக்கும் பிரகிருதிகளுக்கு நடுவில் இப்போது தான் பிறந்து, இன்னும் கழுவப்படாது, சூழலின் பிரக்ஞையை அறியமுடியாத சிசுவைப் போல வீறிடுகின்றன.

இளம்பிறையின் கவிதைகள். தவறோ - சரியோ, தனக்குப் பட்டதை, முடிந்ததை தெரிந்ததை, இயல்பாகச் சொல்லிச் செல்லும் நேர்மையைத் ,தொகுதி முழுக்கக் காண முடிகிறது. சுய உரையாடல், பிரிவின் ஏக்கம், ஊரின் ஞாபகங்கள், கம்யூனிஸ கோஷம் - என சில வகைப்பாட்டினுள் கவிதைகள் அடங்கினாலும் தன்னுடனான கழிவிரக்க உரையாடலை, பல இடங்களில் வெற்றிகரமான கவிதைகளாக மாற்றியிருக்கிறார் இவர்.

பிரிவின் வலியைப் பேசும் தொகுப்பின் முதல் கவிதை, ஒரு frameற்குள் ஆறு பகுதிகளாகப் பிரித்து, ஆறு செயல்பாடுகளைச் சித்தரிக்கும் நவீன ஓவியம்போல் பார்வையில் பரவுகிறது. ஒழுங்கின்மையில் துலங்கும் ஒரு அழுங்கும், கண்ணுக்குப் புலனாகா, ஒரு சிறிய சரடான உள்ளடக்கச் சாரமும் ஊடு பாவி, முழுக்கவிதையை இணைத்தும் பிரித்தும் அர்த்தபேதம் நிகழ்த்துகிறது.

தீப்பெட்டி கேட்டபோது மோசமாகத் திட்டியவள், அவன் சென்றபிறகு வெண் சாம்பலையும், சிகரெட் துண்டுகளையும் நினைவின் சிலிர்ப்புக்காக,

வீடு பெருக்கும்போது கூட்டாமல் விடுகிறாள். இருக்கும்போது வெறுத்த வஸ்து, இல்லாதபோது ஞாபகத்தைக் கிளறவாவது இருக்கட்டுமே என்று தோன்றுகிறது.

இப்படி உணர்வுச் சித்திர நினைவுக் காட்சிகள்போல பல கவிதைகள் இருப்பினும், பசியுற்ற புலியின்முன் தட்டுப்பட்ட உயிர் உணவு துரத்தப்பட்டு, பாதையெங்கும் சதைத் துணுக்குகள் சிதறியிருப்பதுபோல், பிரிவின் வலி அலறல் தொகுப்பெங்கும் கேட்கிறது. வாழ்வின் உண்மையான அனுபவங்களிலிருந்து மொழிக்குப் பெயர்க்கப்பட்டுள்ளதாலேயே இவ்வலி படிப்பவனுக்குள்ளும் மாறி அதிர்வூட்டுகிறது.

தொடர்ந்து துயரங்களால் அலைக் கழிந்து துவண்ட மனது, ஒரு கட்டத்தில் துயரமே வாழ்வென உணர்ந்து, ஏற்று, மறுபடியும் ஒரு துயரத்திற்காகக் காத்திருக்கிறது. காய்ச்சல் வந்து மீள்பவன் விரும்பும் வெயில் உணக்கை போல, வலி அதன் பதத்திலிருந்து மாறி வேறு இடத்திற்கு வருகிறது. பிழைப்புக்காக நகரத்துக்குள் வாழ நேர்ந்தாலும் அதில் பொருத்திக் கொள்ளமுடியாது தவிக்கும் மனசு இப்படிப் பேசுகிறது.

"பொருட்களை ஏற்றி வந்துவிட்டேன் அப்போதே
வராமல்
அடம்பிடித்துக் கொண்டிருக்கும் இந்த மனசைத்தான்
எப்படிக் கொண்டு வருவதெனத் தெரியவில்லை"

"உள் நீந்தும் பிள்ளை
அலை விரியும் கடற்பரப்பு அடி வயிறு
கணப்பொழுதும் ஓயாமல் அதிரந்திருக்கும் பெருங்காடு
நிறைமாத கர்ப்பத்தில் தனித்திருக்கும் பெண் மனது"

எனத் தாய்மை சுமை கனக்கும் கவிதைகளில் ஒன்று 'முதல் மனுசி' ஆதாமும் ஏவாளும் முதல் குழந்தை பெற்ற கற்பனையைக் கடந்த காலத்திற்கும் நிகழுக்குமான ஊசலில் ஆடவிட்டு கால முரணை,கர்ப்பக்கால வலி இரைச்சலைக் கவிதைக்குள் ஒரு நிகழ்வுபோல மாற்றியிருக்கிறார்.

"பதறி தவிக்கும் நினைவு கருதி
சொல்லாமல் போய்விடு
நம்பகமற்ற சொற்களை இனியேனும்"

என்பது போன்ற உரையாடல் தொனிக்கும் சில கவிதைகள் நவீன நாடகத்தின் வசன அழுத்தத்தைத் தந்து அர்த்தமூட்டுகின்றன.

ஒரு தலைமுறையை படிப்பின்றி வாழ்ந்த வாழ்வைச் சொல்லும் 'அப்பாவின் கையெழுத்து' எனும் கவிதை இலக்கியத்துள் பொதிந்த ஒரு சமூக ஆவணம், சமூகம் பற்றிய இவரது பல கவிதைகள், கவிதையாகாது பின் தங்கியுள்ளபோதிலும் இது கவிதையாகவும் உணர்வு மேலெழும்பவும் பதிவாகியுள்ளது.

'பூவுடல்கள் பொய் மொழிகள்' என்ற கவிதையில் பெண்ணின் அங்கங்களைக் காலகாலமாய் சுகந்தம் வீச வர்ணிக்கும் சொற்களை மாற்றி, பட்டினத்தார், சிவவாக்கியர் போல பெண்ணின் உடலைத் துர்நாற்றம் வீச, அருவருப்புக் கூச்சம் தோன்ற மாற்றுச் சொற்களால் கலைத்துப் போடுகிறார்.

நாட்டுப் பாடல்கள் பாணி கவிதைகளிலிருந்தும் வெற்றுப்பிரச்சாரச் செய்தி பரிமாற்றக் கவிதைகளிலிருந்தும் வெளிவந்து தன் திசை உணர்ந்து, பலமுணர்ந்து மேலும் வலுவாய் மேலும் தெளிவாய் தன் இருப்பை இவர் ஸ்தாபிப்பார் என்கிற நம்பிக்கையூட்டும் கவிதைகள் நிறைந்த தொகுதி இது.

இந்தியா டுடே - ஏப்ரல் 21, 2004இல்
கவிஞர் ரவி சுப்பிரமணியன்

மனதோடும் உறவாடும் கவிதைகள்

கவிமனத்துக்கு எப்போதும் துணையாக கவிதையைத் தவிர வேறெதுவுமில்லை. எவ்விதமான மனச்சலனத்துக்கும் மாற்றாக... மருந்தாக கவிதைதான் வாய்க்கிறது.

"ஆட்டுக்குட்டியை
மடியில் போட்டு
ஈத்திக் கொண்டிருக்கும்
அம்மாவும்
பசுவிற்கு உண்ணி பிடுங்கி நிற்கும்
அப்பாவும் படித்ததில்லை
உயிர்களிடத்தில் அன்பு வேணும்" (படிக்காதவர்கள்)

கிராமத்து வாழ்க்கை கள்ளங்கபடமற்ற அன்பைச் செலுத்துவதாய் இருக்கிறது என்பது கவிதையின் வெளிப்படை. இன்னொரு கவிதை "அப்பாவின் கையெழுத்து" மதிப்பெண் அட்டையில் தந்தையிடம் கையெழுத்து வாங்கும் சிறுமியின் மனதையும், வாய்த்த தந்தையின் மனதையும் உரையாடலாய் உணர்த்திக்காட்டும் கவிதை.

"வந்து விழுகிற
எல்லாக் கற்களும்
விழுந்த இடத்தில்

மூழ்கிக் கிடக்க
தன்போக்கில்
போய்க்கொண்டிருக்கிறது நதி"

நதியையும், கல்லையும் நதியின் இடையறாத பயணத்தையும் பிறிதொன்றில் பொருத்திப் பார்க்கும் முயற்சிக்குத் துணை செய்கிறது. இயல்பான ஒரு காட்சிச் சித்தரிப்பின்மூலம் வாழ்வுக்கான தத்துவவெளியைக் காட்டுகிற கவிதையிது. வலிந்து எழுதாத இவரின் வார்த்தைகளின் வசீகரம் பிரத்யேகமானதாய் இருக்கிறது. ஆணுக்கும் பெண்ணுக்குமான மனரீதியான இடைவெளிகளும் இடைவெளிகளை நிரப்புதலும் வாழ்வின் பாதையில் நிகழும் யதார்த்தமான அம்சம் என்பதை மறுதலிக்காத பதிவுகளும் இருக்கின்றன.

'சொல் விளங்கும் திசைகள்' நூலில் கவிஞர் தமிழ்மணவாளன், நாட்டுப்புற உள்ளடக்கம் இவரிடம் கூர் தீட்டிய கத்திபோல் மின்னுகிறது. பழக்கமான களத்தில் வசதியான ஆயுதம் வாய்த்துவிட்டால் வீரத்திற்கு குறைவேது! அப்பாவைப் பற்றிய இவரின் கவிதை வரிகள் கண்ணீர் விட வைப்பவை. 'அப்பாவின் கையெழுத்து' கவிதையில் மதிப்பெண் அட்டையில் ரேகை வைப்பதிலிருந்து மாறி கையொப்பம் இடவிரும்பும் வழிவிட்டான் மயன் சன்னாசி மிகச் சிறப்பாக பதிவாகியுள்ளார்.

ஏப்ரல் 2004 அமுதசுரபி இதழில் அண்ணா கண்ணன்.

கொட்டுகிற பனியில
குனிஞ்சு அறுக்கையில
அடிவயிறும் நடுங்குதய்யா
ஆரிடத்தில் இதச் சொல்ல
புள்ளக்குட்டி போதுமுன்னு
பண்ணிக்கிட்ட ஆபரேசன்
கதுர அள்ளிப்போட்டுத் தூக்கியில
முள்ளுபோல குத்துதய்யா
மூச்சுவிடத் திணறுதய்யா

என்று வாசகனின் நெஞ்சை அதிரவைத்துக்கொண்டே போகிறது. 'அறுவடைக்காலம்' என்னும் கவிதை. இந்தக் கவிதையை இளம்பிறையைத் தவிர வேறு எவராலும் எழுதிவிட முடியாது. எனவே, சமகாலத் தமிழ்ப் பெண் கவிஞர்களில் இளம்பிறையின் கவிமொழி தனிமொழியாக விளங்குகிறது.

'பெண்ணே நீ' ஆகஸ்டு 2004 இதழில்
சூரியச்சந்திரன்

கடிதங்களிலிருந்து...

உங்களின் 'அம்மா' கவிதையைப் பலமுறை படித்தேன். அம்மா என்கிற ஆழமான உறவின் அற்புதமான வெளிப்பாடு அது. 'அப்பாவிற்கும் அவரது நண்பர்களுக்கும்' மிக இறுக்கமான உணர்ச்சி. நான் படித்த நீண்ட சமர்ப்பணம் இது. எல்லாக் கவிதைகளிலும் தங்களின் அனுபவிப்பு தெரிந்தது. தொடர்ந்து எழுதுங்கள். தொடர் இயக்கம் பயிற்சியை மட்டுமல்ல... பார்வையையும் மெருகேற்றும்.

சேரன், திரைப்பட இயக்குநர் - 01.04.2001

இளம்பிறை இன்னும் எத்தனையோ முத்திரைக் கவிதைகளை எழுதலாம். ஆனால் அவர் எழுதிய 'அம்மா' பற்றிய கவிதைக்கும் 'அப்பாவின் கையெழுத்து' எனும் கவிதைக்கும் ஈடாக எழுதவே முடியாது என்பது என் கருத்து.

புலவர் அ.ப.பாலையன், சாட்டியக்குடி - 30.07.2003

பெண் பற்றியும் அவளது எழுத்து தமிழில் பதிவாகாதது பற்றியும் புலம்பிக் கொண்டிருந்த என்னை, ஆழமாகப் பாதித்து பெரிய அளவில் நம்பிக்கையை ஏற்படுத்தும்வண்ணம் இளம்பிறையின் 'மவுனக்கூடு' நூல் வெளிவந்தது. என்னைப் பொறுத்தவரை, நான் இதுவரை படித்துள்ள தமிழின்

முதல் முழு பெண்ணியக் கவிதைத் தொகுப்பு என்று இதை தைரியமாகக் கூறலாம். தவிர எல்லாம் புரியும் படியான கவிதைகள் இளம்பிறையிடம் என்னை மிகவும் கவர்ந்த அம்சம் இரண்டு. ஒன்றுப் போலித்தனமற்ற வார்த்தைப் பிரவாகம். மற்றது அழுத்தமான 'அங்கதம்', 'ஒரே நேரத்தில் சிரிக்கவும் அழவும் செய்துவிடுபவன் கவிஞன்' என்று ஒரு சந்தர்ப்பத்தில் லெனின் குறிப்பிட்டதாகச் சொல்வார்கள். அது இளம்பிறை கவிதைகளுக்குப் பொருந்தும்.

1994 இல் ***இரா.நடராசன்***, *கடலூர்.*

சிலந்தி வலை சிதைந்துவிடாமல் மெல்லத் திறக்கும் சன்னல் கதவு மயக்கத்தில் சிக்கித் தவிக்கும் நம்பிக்கை எலிகள் சுள்ளிக் கூட்டுக்குள் சுகமாகத் தூங்காமல் சூரியத் தீயில் ஜோடிக்குரல் தேடும் பறவை. ஆட்டுக்குட்டியை மடியில் போட்ட அம்மா, பசுவுக்கு உண்ணி பிடுங்கும் அப்பா.

ப்ரியங்களில் வரும் அப்புறப்படுத்த முடியாத அவலங்கள். இவற்றிலெல்லாம், கவிதைக்குள் ஓவியமும், ஓவியத்துள் கவிதையுமாக கண்ணாமூச்சி விளையாடுகின்றன." 'அப்பாவின் கையெழுத்து' எழுத்தறிவு இயக்கத்தின் அரசியல் சாசனமோ? மடமடத்து நிற்கும் பாவாடை கசக்கி நிற்கும் சிறுமி அற்புதமான படைப்பு.

06.02.2004இல் ***ஆ.பாண்டியன்.*** மாவட்ட தொடக்கக் கல்வி
அலுவலர் (ஓய்வு), குரோம்பேட்டை.

நட்பு, நட்பாராய்தல், தீ நட்பு, கூடா நட்பு என நட்புக்காக நான்கு அதிகாரங்களைக் கூறிய வள்ளுவனின் வார்த்தைகளிலிருந்து முற்றிலும் மாறுபட்ட சிந்தனையில்,

'எதிரியாய் இருந்தே
நட்பைத் தொடரு
நண்பர்களிடமும்'

எனும் வரிகள் காலத்திற்கு ஏற்ற கல்வெட்டு வரிகள். 'அசதி' கவிதை எனக்கு பாரதியின் 'எமக்குத் தொழில் கவிதை' வரியினை நினைவூட்டுகின்றது.

02.02.2004 இல் முனைவர் ***மு.சேகர்,***
அண்ணா உயிரியல் பூங்கா, வண்டலூர்.

அம்மா கைநிறைய உருண்டை பிடித்துத் தரும் சோறுபோல சொற்களில் கனிவும் அன்பும் படிந்த கவிதைகள், தோண்டிப் பிடுங்கிய கிழங்கிலும், வேர்க்கடலையிலும் ஒட்டியிருக்கும் மண்ணைப் போல வாழ்க்கையின் ஈரம் உதிராத கவிதைகள். மாநகரத்துப் பொறியியல் கல்லூரியில் மகளைச் சேர்த்துவிட வந்திருக்கும் கிராமத்து அப்பாவைப்போல வாசகனின் மனதைப் பின்தொடரும் நெகிழ்ச்சி அனுபவங்கள், சுரங்க நடைபாதைக்குள் ஊடுருவும் சூரியக் கதிர்களைப் போல் அகஉலகின் இருளை தளர்த்தும் கவிதைகள் இளம்பிறை கைதைகள்.

கவிஞர் ***லலிதானந்த்*** *01.11.2005, சென்னை85*

உலகத்தரம் வாய்ந்த கவிதைகள் என்கிற பெயரில் படிப்பவர்களுக்குப் புரியாதவகையில் (ஏன் எழுதுபவருக்கே புரியாத வகையில்) எழுதி தாங்கள்தான் கவிதையின் பிதாமகன்களாக உலா வருகின்றனர் பலர். ஆனால் அப்படிப்பட்ட படைப்புகள் எதற்காக, எவருக்காக, ஏன் எழுதப்படுகின்றன என்பதே புரியாத புதிர். அத்தகைய படைப்புகளைப் படிகின்ற சாதாரண வாசகர்களுக்கு படைப்புகள் எந்தவித உணர்வையும் சலனத்தையும் ஏற்படுத்துவதில்லை.

இந்தச் சூழலில் தங்களின் (இளம்பிறை) கவிதைகள் படிக்கின்ற சாதாரண - அசாதாரண வாசகர்களின் மற்றும் சக படைப்பாளிகளுக்குப் பலவித உணர்வுகளை , சலனங்களை ஏற்படுத்துகின்றவை. மண்ணையும் ,மக்களையும் உறவுகளையும் நேசிக்கின்ற ஒவ்வொருவரையும் உங்களின் பல கவிதைகள் வசீகரிக்கவும் சிந்திக்கவும் தூண்டும்.

சி.சுந்தரபாண்டியன், *கோனான்குப்பம், விருத்தாச்சலம்.*

கீழத் தஞ்சை மாவட்டத்தின் கடைமடைப் பகுதிக்காரரான இளம்பிறைக்குப் பொதுவான கவிமொழியை விடவும் கிராமத்து மக்கள் மொழியில் பின்னப்பட்டுள்ள கவிதைகளில் இன்னும் சிறப்பாகத் தன்னை வெளிப்படுத்திக் கொள்வதை வாசகன் உணர முடியும்.

இயல்பான வார்த்தைகளில் ஆடம்பர அலங்காரங்களின்றி அதேநேரம் மொழியின் இறுக்கமும்,கனமுமின்றி சகமனுசியாய்ப் பேசுவதே இளம்பிறை கவிதைகளின் பலமெனலாம்

அன்பாதவன்
விழுப்புரம்.

ஒவ்வொரு தொகுப்பின் அணிந்துரைகளிலிருந்து...

தும்பைப்பூ பாடல்கள்

இளம்பிறை ஒளிக்கற்றைகளைப் பின்னிப் பின்னி வர்ண ஜடை வார்த்திருக்கிறார். தமிழுக்கு மீசை வைத்துப் பார்த்த முண்டாசுக்காரனின் மூர்க்கம் இவரின் பேனாவுக்குள் சூல் கொண்டிருக்கிறது.

இளம்பிறையின் வைரப்பூக்களில் ஒரு வெளிச்ச இதழ்...

'அம்மா
அடுப்பைப் பற்ற வை
குளிராவது காயலாம்'

இன்னொரு கவிதை,

'அடுப்படியின் அடிமைகளாய்
அயராது உழைத்து தினம்
இடுப்பொடிந்து போவதுவா வாழ்க்கை?
பெண்ணே,
இனியேனும் மாற்றுந்தன் போக்கை'

என்ற நெருப்பு நெசவு, பெண் என்பவள் நிலா பிரஜையல்ல, சூரியப்பத்திரி என்பதை சொல்லிச் செல்கிறது.

'அடுக்களை நெருப்பில்
அன்றாடம் நின்றும்
உன் உணர்வுகள் ஏன்
சூடேறவில்லை?'

மீராவைப்போல் குனிந்துகிடக்கும் சேலையினம், மனசுக்குள் போட்டிருக்கும் பர்தாவைக் கிழிக்க பாட்டு யாத்திரை நடத்துகிறார் கவிஞர். நசுங்கலான இந்திய வாழ்க்கையை ஒடுக்கு எடுக்க ஓங்கி முழங்குகிறது. இவரது தும்பைப்பூ பாடல்கள். அறிவியல் அத்தியாயம் நியூட்ரான் வரிகளால் எழுதப்பட்டுக் கொண்டிருக்கும் இந்நாளிலும் எங்கள் பூங்கொடிகளின் கண்ணீரை நிறம் பிரிக்கும் புதிய ரசாயனமில்லையே? ஏவாளின் கண்ணீர் இன்னமும் நிற்கவில்லையே? இதற்கெல்லாம் ஒட்டுமொத்தமான குருதிக் குரல்தான் கவிஞரின் சிந்தனைகள்.

இளவேனில் பாடல்களில் - 28.03.1990
பத்திரிகையாளர் *மானா.பாஸ்கரன்*, திருவாரூர்

கிராமத்துப் பெண்களின் பொது சோகம்

அடுப்புச் சாம்பலை அள்ளிக்கொண்டு, ஆடுமாடுகள் மேய்த்துக் கொண்டு, தப்புக்கதிர் பொறுக்கிக் கொண்டு அந்தி மாடுகளுக்குப் பின்னால் போய் சாணி பொறுக்கிக்கொண்டு, களை வெட்டிக் ஒண்டு, கரும்பு வெட்டிக் கொண்டு, கடலைச்செடி ஆய்ந்து கொண்டு, பள்ளிக்குப் போய் வரும் பையன்களைப் பார்த்துப் பெருமூச்சுவிடுகிற பெண்கள் இங்கே ஏராளம்... ஏராளம். அவர்களிலிருந்து தப்பித்து வந்த பெரும்மூச்சோடுதான் இளம்பிறை இப்படிப் பாடுகிறார்.

'மணிக்கணக்கா படிச்சாக்கா
மண்ணெண்ணைக்கு எங்க போவேன்
பரிட்ச பரிட்சேன்னு எம்
பாவத்த கொட்டுறியே யென
வெளக்க அணைக்கச் சொல்லி
வேதனைப் பட்டத் தாயே

பொய்யில்லை, இதுதான் உண்மை. இந்தக் கவிதைக்குள் இழையும் சோகம் எம் கிராமத்துப் பெண்களின் பொது சோகம்.

'அழுத நினைவுகள்' என்றோர் அருமையான கவிதை,

'அறுவடை முடிந்த வயலில்
பந்தம் பந்தமாய்
பொறுக்கி வைத்த
கதிரகள் களவுபோக
நெல்தாள் கிழித்து
காலில் வடியும்
இரத்தத்தைப் பார்த்தே
வாகை நிழலில் சுருண்டு படுத்து
அரைநாள் அழுதேன்'

என்று வயது பதினாலுக்குள் அழுத பல அழுகைகளையும் கூறிவிட்டு இளம்பிறை கூறுகிறார்.

'ஒரு நாள்
செல்லம்மாளுடன்
விறகு வெட்டப் போனபோது
'பெரியவளானேன் 'என
அழைத்துவரப் பட்டபோது
அம்மா அழுததால்
நானும் அழுதேன்
ஏனென்று தெரியாது... என்று

தங்கையே! எதை எழுத வேண்டும் என்பது உனக்குத் தெரிந்துவிட்டது. எப்படி எழுதவேண்டும் என்பதும் தெரிந்து கொண்டிருக்கிறது. போதும்.. இந்த வளர்ச்சி போதும்... சுவரில் சாணி தட்டிக்கொண்டிருந்தது பாட்டியின் கை... வாசாலில் கோலம் போட்டுக் கொண்டிருந்தது, தாயின் கை, இதோ கவிதை எழுதிக்கொண்டிருக்கிறது உனது கை.

மௌனக் கூட்டில்...
கவிஞர் அறிவுமதி
சென்னை 26.04.1993

மொழியின் காட்டை எரித்த சாம்பல்

தட்டச்சு செய்யப்பட்டு, முன்னுரைக்காக என்னிடம் கொடுக்கப்பட்டது இளம்பிறையின் கவிதைப் பிரதி.

கவிஞரை நான் அதுவரை அறிந்தவனல்ல. அவர் ஆணா, பெண்ணா என்றுகூட அறிந்திராதநிலையில், ஒருநாள் அதிகாலை இளம்பிறையின் கவிதைகளை எடுத்துப் படிக்கத் தொடங்கினேன். எதிர்பாராதவிதமாக ஏதோ ஒரு மந்திரப்பெட்டியைக் கண்டெடுத்துவிட்டதாக உணர்ந்தேன். வாழ்க்கையின் அனுபவம் - கசப்பும், இனிப்புமாய் - மொழியின் எல்லாச் சாத்தியக் கூறுகளுடனும் சிறகடித்துப் பறந்து வெளிவருவதை நான் உணர்ந்தேன்.

நவீனக் கவிதையின் பேச்சை வெளிச்சங்களும் மௌனங்களும், புதிர்களும் நிரம்பிய ஒன்றாக இளம்பிறையின் கவிதைகள் உருவாக்கி இருப்பதை என்னால் உணர முடிந்தது.

‘எரிந்த வனத்தில்
கரித்துண்டுகளாய்
மறுநாள் உனக்கு
வைத்திருப்பேன்
சில வார்த்தைகள் பொறுக்கி’

என்று தனது ‘நீ தந்த மிச்சங்கள்’ என்ற கவிதையில் அவர் பேசுகிறபோது இளம்பிறை மொழியின் அடர்ந்த காட்டை எரித்து, அதிலிருந்து கருகிப்போன வார்த்தைகளைத் திரட்டி நம்மோடுப் பகிர்ந்துகொள்ளும் அதிசயம் நிகழ்கிறது.

‘மொழி என்பது ஒரு கருவியோ அல்லது ஒரு வாகனமோ இல்லை. நாம் மென்மேலும் சந்தேகப்பட்டதுபோல அது ஒரு கட்டுமானம் மட்டுமே’ என்று சொல்லுவார் பிரெஞ்சு அறிஞர் ரோலான் பார்த். இளம்பிறை தனது கவிதைகளின் மூலமாக, யாருமே வெளிப்படையாக அறிந்துகொள்ளாதபடி மொழிக்குள் இருக்கும் கட்டுமானத்தையும், தன்னுடைய சொந்த கட்டுமானத்தையும் ஒருசேர குலைக்கிறார்.

இந்தக் குலைத்தலின் மூலமாக இந்த உலகத்தைச் சலனத்துக்குள்ளாக்கி விடும் அதிகாரத்தைப் பெற்றுவிடுகிறார். இக்கவிதை செயல்பாட்டினால் ஒரு புது உலகம் மீள் கண்டுபிடிப்பு செய்யப்படுகிறது. இந்த உலகத்திற்கு வெளியே இருக்கிற அல்லது இந்த உலகத்திற்கு உள்ளே இருக்கிற, இதுவரையிலும் கண்டெடுக்கப்படாத இளம்பிறையின் உலகம் கண்டெடுக்கப்பட்டு நம் கண்முன் விரிகிறது.

புற்றுக்குச் சேவல் அறுப்பதாய் வேண்டிக்கொள்ளும் அம்மாவும், குட்டிகளோடு நரிகள் ஊளையிட்டு வயலில் அலையும் இரவும், மறுகாட்சிக்கு வலிவலம் செல்ல பெரிசுகளுக்குத் தெரியாமல் அடுப்பங்கரையில் அலங்கரித்துச் சென்றதின் சாட்சியாய் கண்ணாடியும், சீப்பும், பவுடரும் விட்டுச் செல்லும் பெண்களுமாய் விரியும் இளம்பிறையின் உலகம் சொல்கிறது, அந்தக் கவிஞர் யார் என்பதை.

‘லேசாய்
தூறிடும் தூறலும்
ஒட்டாது...
உருண்டுவிடும்படி
என்னை யார்
மேட்டில் நட்டது’

என்ற அவரது மொழி சொல்கிறது. அது ஒரு விவசாயம் சார்ந்த வாழ்க்கையில் முகிழ்த்த ஒரு பெண்ணின் குரலென்று. கவிதை என்பது இவரைப் பொறுத்தமட்டிலும் ஒரு புனிதமான செயல்பாடு அல்ல. மாறாக அது ஒரு புரட்சிகரமான நடவடிக்கை என்று இவர் புரிந்துவைத்திருப்பது தெரிகிறது.

‘கவிதை எழுதும் பெண்’ என்பவள் இன்றைய தமிழ் இலக்கியச் சூழலில், தணல் பட்டால் உருகிவிடும் மெழுகுக்கனவுகள் காணும் ஒரு மத்தியதர வர்க்கத்து அறிவுஜீவி. இளம்பிறை அத்தகைய கனவுகள் காணும் பெண் அல்ல என்பதை அவரது கவிதைகள் சொல்கின்றன. இளம்பிறையின் கவிதைப் படிமங்கள் தன்மையில் நின்று அர்த்தம் கொடுப்பதில்லை. அவை மொத்தக் கட்டமைப்பின் ஒரு பகுதியாக நின்று அர்த்தம் கொடுப்பவை.

தற்காலத் தமிழ்ப்பூமியின் கீழே, சங்க காலம் தொட்டுச் சலசலத்து ஓடிவரும் அடி நீரோட்டங்களிலிருந்து நீரை உறிஞ்சி இடைவிடாது வளர்கின்றன இளம்பிறையின் கவிதைகள். ஆனால் பூமிக்கு மேலேயோ மாசுபடுத்தப்பட்ட தூசுவானம். இளம்பிறையின் கவிதைக்கான பச்சையத்தை அதுதான் மாற்றித் தருகிறது.

இவரது கவிதைகள் தனக்கென மூலபாடம் ஏதுமற்ற வாய்மொழி இலக்கிய மரபிலிருந்து பெற்றது ஏராளம். ஒரு வடிவம் சரியானது.மற்றொன்று தவறானது என்கிற கருத்து வாய்மொழி இலக்கியத்திற்குக் கிடையாது.வாய்மொழி இலக்கியம் மக்களிடையே,மக்களால் மக்களுக்காகப் பாடப்படும் ஒன்றாகும்

இளம்பிறையின் வாய்மொழி இலக்கியச் சிகரமாக அவரது 'அம்மா'என்கிற கவிதையைச் சொல்லவேண்டும்

'வயது பத்தாகும் முன்னே
வயலுக் கிழுத்தவளே
பள்ளிக்கூடம் போனாக்கா
பணமா குடுக்குறாங்க
இடுப்புத் துணி சரியில்லாம
படிப்பென்னடி உனக்கு?
வாடி வயலுக்கென
வம்பு செஞ்ச எந்தாயே'

என்று நீளும் இவரது கவிதை, பெரும்பாலும் பெண்களால் படப்படும் ஒப்பாரிப் பாடல் மரபின் நீட்சியாய் வெளிவந்துள்ளது. இறந்தவருக்கும் ஒப்பாரி வைப்பவருக்கும் இடையிலுள்ள உறவைச் சொல்லும் மடக்குகளில் ஒன்றுதான்,

"என்னப் பெத்த எந்தாயே உம்
பள்ளிக் கூடத்து மக
பாட்டுக் கட்டி பாடுறம்மா"

என்பதாய் மலர்கிறது. கவிதை மூலமாக் இளம்பிறை தன்னை நிறைவு செய்துகொள்கிறார். எழுதுவது என்பது அவரது இருத்தல் குறித்த ஒன்றாக இருப்பது தெரிகிறது. இளம்பிறையின் கவிதைகளுக்கு உள்ளேயிருக்கிற சோகம் வாசகனை புதைமணலைப் போல உள்வாங்கி விடுகிறது.

இளம்பிறை தனது கவிதை உலகத்தை ஒரு பதிலாக நமக்கு வழங்கவில்லை. மாறாக, அவரது கவிதை உலகத்தை ஒரு கேள்வியாகவே பிரதிநிதித்துவப் படுத்துகிறது. எனவேதான் இளம்பிறையின் கவிதைத் தேடல் தொடர்ந்து நடைபெறுகிறது.

அது வாழ்க்கை குறித்து இதுவரை எழுதப்படாத இன்னும் பல கேள்விகளை எழுப்ப வேண்டும் என நான் வாழ்த்துகிறேன். இளம்பிறை கவிதைகளில் ஊடும் பாவுமாக ஓடும் தமிழ் அழகியலின் மூலசக்தி மேலும் சிறக்க வேண்டும் என ஆசைப்படுகிறேன்.

நிசப்தத்தில்
கவிஞர் **இந்திரன்**,
சென்னை 11.08.1998

கிராமத்துப் பெண்ணின் குரல்

இளம்பிறையின் கவிதைகள் கிராமப் பெண்ணின் குரல் என்றவகையில் சிறப்பான கவனிப்புக்கு உள்ளாகின்றன. ஏனெனில் இதுவரை கிராமம் கவிதையில் பெற்றுள்ள இடத்தை, கிராம ஆண் படைப்பாளி பெற்றுள்ள இடத்தை பெண் படைப்பாளி பெற்றதாகக் கூறவியலவில்லை.

கிராமம் - நகரம் என்ற இரண்டுமே சுரண்டல் அமைப்புகளாகவும், அடக்குமுறைகள் கொண்டதாகவுமே இருக்கின்றன. இரண்டிற்கும் உரிமை விகித வேறுபாடுகள் குறித்த விவாதங்கள் இவ்விடத்தில் வேண்டப்படுவதன்று. உழைப்போடும், குடும்ப அமைப்போடும் கட்டப்பட்ட நிலையில் பெண் என்பவள் தனது உழைப்பிற்கான பங்கினையும், சமூக உறுப்பினள் என்ற வகையில் பெற வேண்டிய மதிப்பினையும் இரண்டிடங்களிலும் இழந்து நிற்கிறாள். இருப்பினும் சரியாகவோ தவறாகவோ கலை இலக்கியங்களில் நகரம் சார்ந்த பெண் பெறும் குறைந்தபட்ச இடம்கூட கிராமம் சார்ந்த பெண் பெறவில்லை.

பெண் குரலாக வெளிப்பட்டனவும் நகர வாழ்வைச் சார்ந்தவையாகவே இருந்து வருகின்றன. தமிழில் குறைந்த எண்ணிக்கையில் இருக்கும் பெண்

கவிஞர்கள் கிராமம் சார்ந்த வாழ்வைப் பதிவு செய்வதுடன் சரியான கருத்தியல் பார்வை பெற்றிருப்பது மிக அருகி காணப்படுகிறது. இளம்பிறையின் கவிதைகள் அவ்விடத்தை நிரப்ப முயல்கின்றன.

இவரது படைப்புகளில் கிராம மனிதர்களின் பாசாங்கற்ற அன்பு, கொடிய சுரண்டலுக்கு ஆட்பட்ட வாழ்வின் வறுமை, பாசத்தின் கனிவு, தன் வாழ்விலும் தன்னோடொத்தவர்கள் வாழ்விலும் பெண் என்பதால் ஏற்க நேரும் அடக்குமுறை, இயற்கையான உணர்வுகளின் கோலங்கள், ஏமாற்றத்தின் மனக்கசிவுகள் ஆகியன பெரும்பான்மையான உள்ளடக்கங்களாக அமைந்துள்ளன.

இத்தகைய உள்ளடக்கங்களை வெளிப்படுத்த இரண்டு வகையான மொழி நடையைக் கையாண்டுள்ளார். ஒன்று பேச்சுநடைக்கு நெருக்கமான ஒரு பொது மொழிநடை, மற்றொன்று, வழக்கு சொல்லாட்சிகளும் வட்டார வழக்குகளும் கொண்ட நாட்டுப்புற இசைலயத்துடன் கூடிய பாடல் நடை. இவ்விரண்டும் இவரது கவிதைகளுக்கு எளிமையாகவும்,சித்தரிக்கும் வாழ்வோடு இயைந்து செல்லும் இயல்பான தன்மையினையும் வழங்கியுள்ளன.

இதனால் வாசகனுக்குப் படைப்போடு ஒன்றி, படைப்பாளியின் மனக்குரலை, உணர்ச்சித்தும்பலைக் கேட்க முடிகிறது. சிற்சில இடங்களில் இடப்பட்டிருக்கும் வடமொழி, பிறமொழிச் சொற்களையும் தமிழின் மொழி நீர்மைக்கும் ஒவ்வாத சொல்லாக்கங்களையும் பொருட்படுத்தத் தோன்றவில்லை. தனக்கான வெளியீட்டுப் பாங்கினையும்,மொழி நடையினையும் செழுமையற்ற இவர் வடிவமைத்துக் கொள்ளும்போது இவை இயல்பாகவே உதிர்ந்துவிடக்கூடியவைதான்.

தன் உணர்வுகள், சக மனிதர்களின் உணர்வுகள் என்பனவே இவரை மிகவும், உறுத்தி படைப்பில் ஈடுபடச் செய்துள்ளன. ஆதலால் அனுபவம் சார்ந்த குரலாகவே முற்றிலும் கவிதைகள் வெளிப்பட்டிருப்பது குறிப்பிடத்தக்க கூறுபாடாகும்.

தன் காலத்தின் வாழ்வை, தான் வாழும் சமுதாயத்தின் சொற்களில், தான் அறிந்த இயற்கைப் பொருட்களின் துணையுடன் பதிவு செய்துள்ளார். வயலும், மரமும், பூக்களும், புற்களும், ஆறும் பறவைகளும் மிக எதார்த்தப் போக்கில் கவிதையாக்கத்திற்கு உதவியுள்ளன. சங்க மரபு சார்ந்த தமிழ்க் கவிதை கைக்கொள்ள வேண்டிய பண்பும் இதுவேயாகும்.

நிசப்தத்தில்
*பேராசிரியர் **பாரதி புத்திரன்,***
சென்னை செப்டம்பர் - 1998.

ஔவை மரபில் ஒரு கவிஞர்
மண்ணின் வேரிலிருந்து ஒரு கவிஞர்

சிறுகதை, நாவல்களைவிடவும் மனிதனின் அந்தரங்க உணர்வுகளோடு மிகவும் நெருக்கமானது சக மனிதர்களின் உள்ளார்ந்த அனுபவங்களை, மனவோட்டங்களை, உணர்வுகளைப் புரிந்துகொள்வதற்காகவே கவிதைகளை விரும்பிப் படிக்கிறேன். நமது மனவுணர்வுகளோடு நெருங்கிய அனுபவங்களை வெளிப்படுத்தும் கவிதைகள், நமக்கு மிகவும் உவப்பானவையாகிவிடுகின்றன.

கவிதைக்கென நாம் வகுத்திருக்கும் பொதுவான கோட்பாடுகளின் எதுவும் இந்தச் சந்தர்ப்பங்களில் இரண்டாம்பட்சமாகிவிடுகின்றன. இதன் காரணமாகத்தான் பிற இலக்கிய வடிவங்களைவிடவும் கவிதை குறித்த மதிப்பீடுகளில் பெருமளவிலான முரண்பாடுகளைக் காணமுடிகிறது. ஒருவர் மிகவும் முக்கியமான கவிஞராக கருதுகிறவர் இன்னொருவருக்குச் சாதாரணமான கவிஞராகிவிடுகிறார். இன்றைய தமிழ்க் கவிதைச் சூழலில் இதனை நாம் தெளிவாக காணமுடியும். இத்தகைய நிலையில் நம் மனச்சாய்வுகளை இயன்ற அளவில் சமன்செய்தே இன்றைய கவிதைகளை மதிப்பிட வேண்டியதாகிறது.

இளம்பிறை கவிதைகளைப் பொருத்த அளவில் மூன்று அம்சங்களை முக்கியமாகச் சொல்லத் தோன்றுகிறது. முதலில் இவரது கவிதைகளில் வெளிப்படும் பாசாங்கற்ற தோற்றம் உண்மையின் குரல். ஒரு கவிதையில் - ஒரு படைப்பில் இதையே மிகவும் முக்கியமான அம்சமாகக் கருதுகிறேன்.

எத்தகைய செய்நேர்த்தி கொண்ட கவிதையாயினும், எத்தகைய மொழி ஆளுமை கைகூடிய கவிதையாயினும் அது பாசங்கு கொண்டதாக - பொய்முகம் கொண்டதாக இருப்பின் அது கவிதையேயாகது. காலத்தின் முன் உதிர்ந்து போய்விடும்.

இளம்பிறை கவிதைகளில் பாசங்கு இல்லை. அகம் சார்ந்த கவிதைகளாயினும் சரி, புறம் சார்ந்த கவிதைகளாயினும் சரி இவர், தன் நம்புகின்றவறையே வெளிப்படுத்தியிருக்கிறார். சமூக அங்கீகாரங்களுக்காக இவர் தன்னியல்பான மன உணர்வுகளை மறைத்து.

தன் பிம்பத்தை பிரகாசிக்க வைக்க முயலவில்லை. இதனால் இவர் கவிதைகள் நம்பிக்கைக்கும் நம்பிக்கையின்மைக்குமிடையே ஊசலாட்டமாக, முரண்பட்ட மனவுணர்வுகளின் வெளிப்பாடாக, விடுபடும் மார்க்கமற்ற சோகம் ததும்பியதாகவும் நம்முள் அதிர்வுகளை ஏற்படுத்துகின்றன. உண்மையாகத் தன்னை வெளிப்படுத்த முனையும்போது, 'யதார்த்தச் சிதைப்பு தவிர்க்க முடியாததாகிறது.

இதன் காரணமாகவே, தான் நேசிக்கும் மனதிடம், யதார்த்தச் சிதப்பு கவிதையில்,

'என்னை
நீயாக்காமல்
இருப்பாயா... நீ! *(நிசப்தம்)*

என்ற கேள்வியைக் கேட்க முடிகிறது. ஆனால் இன்றைய ஆணாதிக்கச் சூழலில் இது சாத்தியம்தானா? ஆணோ, பெண்ணோ இங்கு ஒருவர் இயல்பாக இருப்பதே. நிஜமாக நடந்து கொள்வதே, அடங்காப்பிடாரித்தனமாக, கலக்குரலாக அல்லது பித்துக்குளித்தனமானதாகக் கருதப்படும் சூழலில் ஒரு நபர் அதுவும் ஒரு பெண் என்னதான் செய்துவிட முடியும்.

சவுகரியம்

"புலியோ. கிளியோ
கூண்டிலிருப்பதே நாகரிகம்யென
புலியும்... கிளியுமே
எண்ணிக் களிக்கையில்
நான் மட்டும் தனியாக
என்ன செய்வதாம்..?

உதறலோ... ஏற்பதோ
நெஞ்சுகுள் செய்துகொண்டு
உன்னிடம்கூட
சொல்லாது வாழ்வதே
"உயர்ந்த வாழ்வு"

என்பதைவிட இங்கு
வேறென்ன சவுகரியம் சொல்?" *(நிசப்தம்)*

என்ற விரக்தி நிலைக்கு தள்ளப்படுவது தவிர்க்க முடியாததாகிறது அதன் உச்சநிலையாகத்தான் தன் மீதே, தன்னியல்புமீதே ஒருவித சோகமும் கவிழ்கிறது.

என்னை யார்?

"சதா
மரங்கொத்தியாய்
மனிதக் கொத்திகள்
துளைத்துக் கொண்டிருப்பதை
எழுதி... எழுதி
கைகள்
களைத்துப் போவதாய்
லேசாய்
தூறும்... தூறலும்
ஒட்டாது
உருண்டு விடும்படி
என்னை யார்
மேட்டில் நட்டது?" *(நிசப்தம்)*

இயல்பாய், நிஜமாய் இருப்பதனால் எதிர்கொள்ளும் இந்த அவஸ்தையெல்லாம், துக்கங்களெல்லாம் இவரது 'நிசப்தம்' தொகுதியிலேயே கவிதைகளாக வெளிப்பட்டுள்ளன. 'முதல் மனுசி' என்னும் இந்தத் தொகுதியில் இளம்பிறையின் மனவுணர்வுகளும், அனுபவங்களும் இன்னொரு தளாத்தில் வெளிப்படுகின்றன. இந்தத் தொகுப்பிலுள்ள கவிதைகளில் அவற்றின் ரணம் இல்லை; ஆனாலும் வடு இருக்கத்தான் செய்கிறது.

உனக்கான கவிதை

'உதிரந்து கொண்டிருக்கும்
தன் இறகுகளைப்
பூச்சிகள் இழுத்துச் செல்வதைப்
பார்த்துக் கொண்டிருக்கும் பறவை' *(முதல் மனுஷி)*

அந்த உணர்வு மௌனமாக அடங்கிய தொனியில் வெளிப்படக் காணலாம். அது மரத்துப் போய்விடவில்லை. அணைந்து போய்விடவும் இல்லை. உள்ளுக்குள் கங்கு மௌனமாய்க் கனன்று கொண்டிருக்கும் சாம்பல் குவியலாய்த் தோற்றம் தருகிறது.

கரைந்து போதல்

"மண்ணோடு கரைந்தோடும்
உயிர்; பார்த்து ரசித்திருப்பேன்
பேய் மழையில்
நடுங்கி...
ஒதுங்க வரமாட்டேன் ஒருபோதும்
உன் கௌரவத்தின்
தாழ்வாரத்தில்" *(முதல் மனுஷி)*

என்னும் உறுதியுடனும் சுயகௌரவத்துடனும் அந்த வலி வெளிப்படுகிறது நம்பிக்கையேற்படுத்தும் ஒரு சூழல், ஒரு காலம் வரும்வரை மனிதர்கள் வரும் வரை

அதுவரை...

"திமிறிக் கொண்டிருக்கும்
நம்பிக்கையின்
வாலையோ... தும்பையோ...
தொட்டுக்கொண்டாவதிருப்போம்" *(முதல் மனுஷி)*

என்ற அளவில் நம்பிக்கைக்கு உகந்ததாக இல்லாத இந்தச் சூழலில் ஏதோவொரு வகையிலான நம்பிக்கையைத் தக்கவைத்துகொள்ளும் மனோபாவம், முக்கியமானதாகப்படுகிறது.

இளம்பிறை கவிதைகளில் முக்கியமான அம்சமென இரண்டாவதாகச் சொல்லத் தோன்றுவது, இவரது மண்சார்ந்த மனத்தின் வெளிப்பாடு; ஆழப்பதிந்திருக்கும் வேரின் பிடிப்பு இவ்வாறு சொல்லும்போது இளம்பிறையின் கிராமிய வாழ்க்கை சித்தரிப்பு என்ற அளவில் குறுகிய எல்லை வகுத்துவிட வேண்டாம்.

கிராமம் சார்ந்ததா நகரம் சார்ந்ததா என்பதல்ல பிரச்சனை; தான் பிறந்து வளர்ந்த இளம்பிராயத்திலேயே தன்னுடன் தொப்புள்கொடி உறவுபோலும் பிணைந்துவிட்ட வாழ்க்கைச் சூழலின் பின்புலம் கவிதையில் வெளிப்படுவதையே இவ்வாறு சொல்கிறேன்.

இளம்பிறையின் வாழ்க்கைச் சூழல் வறுமையின், சுரண்டலும் மலர்ந்திருக்கும் ஒரு கிராமப் பின்னணி கொண்டதாயிருப்பதால், இவர் கவிதைகளிலும் இயல்பாகாவே அது வெளிப்படுகிறது அவ்வளவுதான்.

நவீன தமிழ்க் கவிதையில் இந்தப்போக்கு எண்பதுகளில் பிற்பகுதியிலேயே பரவலாக வெளிப்படத் தொடங்கியது.என்றாலும் நல்ல கவிஞர்கள் என்று தமிழில் குறிப்பிட்டுச் சொல்லக்கூடிய கவிஞர்களுள் பலரிடமும் குறிப்பாக பெண் கவிஞர்கள் பலரிடமும் இது வெளிப்படுவதில்லை.

பெண்கள்மீதான ஆதிக்கத் திணிப்பின் எதிர் விளைவுகளின் பிரதிபலிப்புகளாகவே வெளிப்படுகின்றன. இளம்பிறையின் நம்பத்தகுந்த சில...' எனும் கவிதை...

"நெஞ்சடைக்கும் துயரங்களைப்
பூவரச மொட்டுக்கள் பார்த்து
புலம்பினேன்
பூத்து விசிறியபோது
அறிந்து நெகிழ்ந்தேன்
அதன் ஆறுதல் மொழியை.
ஆண்டனாவில் உட்கார்ந்திருந்த
காகத்திடம் சொன்னேன்.
கரைந்து, பறந்தது
பகிர்தலாய்...

பூனையின்
பளிங்குக் கண் பார்த்துக் கூறினேன்
"நானிருக்கிறேன்"
வால் உரச
நெருங்கி உட்கார்ந்துகொண்டது.

நதி நீரில் கலந்தேன்
சூடிச்சென்ற செம்பருத்திப்பூவைக்
கால்களில் மோதச்செய்து
நிறுத்தியது.
"எடுத்து கண்களைத் துடைத்துக்கொள்"

நினைவுகளும... காற்றூம்
நிரம்பிய அறையிடம்
அழுதழுது சொன்னேன்
கவியெழுத வைத்தது.
விட்டிருக்கலாம் அத்துடன்
உன்னிடம் கூறாமல்" *(முதல் மனுஷி)*

இந்தக் கவிதையைப் படித்ததும் சட்டென நினைவுக்கு வந்தது கபிலர் கவிதை. *(குறுந்தொகை-25)*

யாரு மில்லைத் தானே கள்வன்
தானவன் பொய்ப்பின் யானெனவன் செய்கோ
தினைத்தா ளன்ன சிறுபசுங் காஅல
ஒழுகுநீ ராரல் யார்க்கும்
குருகு முண்டுதா மணந்த ஞான்றே!

‘விரைவில் வருவேன்’ என்று உறுதிமொழி கொடுத்துச் சென்ற தலைவன் வர தாமதமாகவும் தலைவி கலங்குகிறாள். தலைவனுடன் அவள் கூடியிருந்த நேரம் யாரும் இல்லை; தனது உணவுக்காக ஆல் மீனின் மீதே குறியாக இருக்கும் குருகைத் தவிர அது பார்த்திருக்க நியாயமில்லை. அதன் பார்வை தனக்கான வலையின்மீது பார்த்திருந்தாலும் அதுவந்து சாட்சி சொல்லப்போகிறதா என்ன? ஆனாலும் பின்னால் வருந்தும் தலைவிக்கு ஏதோ ஒருவகையில் அந்தக் குருகு ஆறுதலாகவும் படுகிறது.

இந்தக் கவிதைக்கும் இளம்பிறையின் கவிதைக்கும் சொல்ல வந்த விஷயம் சார்ந்து வேறுபாடு இருக்கலாம். ஆனால் தன்னுணர்வை, மனநிலையை வெளிப்படுத்தும் இரு கவிதை சொல்லிகளின் மனப்போக்கு ஏதோவொரு இணைப்பிருப்பதையும் காண முடியும்.இந்த உணர்வொற்றுமை இரண்டாயிரம் ஆண்டுக்குப் பின்னரும் தொடரும் இந்த உணர்வுதான் மண்சார்ந்த பெயர் சார்ந்த மனத்தின் வெளிப்பாடு என்றும் சொல்லத் தோன்றுகிறது.

இளம்பிறை கவிதைகளின் மூன்றாவது முக்கியமான தன்மையாக இவரது கவிதையமைப்பையும், வார்த்தைகளை விரயம் செய்யாத எளிமையான - இயல்பான மொழி நடையையும் சொல்லலாம். இவரது கவிதையின் கட்டமைப்பு கச்சிதமானது. இயல்பானது, தன் சாமர்த்தியத்தை வெளிப்படுத்தும் வகையில் தகவல்களைத் திணித்து நீர்த்துப்போக வைக்காமல் செறிவாக அமைந்திருப்பது.

இளம்பிறையின் நெருடலில்லாத இயல்பான கவிதை மொழிக்குச் சில உதாரணங்கள்:

பிஞ்சுக் கனவு

“தூங்கிக் கொண்டிருக்கும்
உன் முகத்தில்
தோன்றி மறையும்
புன்னகைக்கான கனவு
அதட்டாத அம்மவையைப் பற்றியும்
பட்டத்திற்கு மேலே பறந்துசெல்லும்
பறவைகள் பற்றியும்
இருக்கலாம்” *(முதல் மனுஷி)*

கரைந்து போதல்

“நனைந்த பறவையின்
சிலிரப்பில் தெறிக்கும்
துளிகளின் பரவத்தோடு
பசுமை பொங்க...
சிலிரத்து நின்றது மரம்

இத்தனைக்காலம் மழை
வராமலிருந்த கோபம் தள்ளி!"

கவிதை பேசும்காலம்

உனக்கெழுதிய
வண்ணக் கவிதைகள்
தும்பைச் பூச்செடிகளில்
வண்ணத்துப்பூச்சிகள்.

தொண்ணூறுகளிலும், இந்த இருபத்தோராம் நூற்றாண்டிலும் எழுதத் தொடங்கிய இளம் கவிஞர்கள் பலருக்கு வித்தியாசமான பார்வை, அனுபவங்கள் இருக்கின்றன. அவர்களின் கவிதைகளிலிருந்தும் அவற்றைப் புரிந்து கொள்ளவும் முடிகிறது. ஆனால் வித்தியாசமான புதிய - மொழிநடையில் சொல்ல வேண்டும் என்னும் புதுமை மோகத்தில்... ஒரு அன்னியமான மொழி நடையில் அவர்கள் எழுதிக்கொண்டிருப்பதுபோல் தோன்றுகிறது. மொழிபெயர்ப்புக் கவிதைகளைப் படிக்கும் உணர்வே பெரும்பாலானவர்களது கவிதைகளைப் படிக்கும்போது ஏற்படுகிறது. இந்த நெருடல் இளம்பிறையின் கவிதைகளில் இல்லை என்பது மிகவும் ஆறுதலான விஷயம்.

கிராமத்திலிருந்து நகரத்துக்கான இடப்பெயர்வு பெரும் துக்கத்தை ஏற்படுத்துவதல்ல என்றாலும் பிரிவின் வலி, இழப்பின் துயரம் தவிர்க்க இயலாததான். 'புது மார்கழி', 'தொட்டிச் செடி' கவிதைகள் இடப்பெயர்வின் வலியை வெளிப்படுத்துகின்றன. கிராமத்தில் சுதந்திரமாகச் சுற்றித் திரிந்த தனது குழந்தைப் பருவத்து சந்தோஷம் தன் குழந்தைக்கு வாய்க்கவில்லையே என்ற ஏக்கத்தை வெளிப்படுத்துகிறது 'தொட்டிச் செடி' கவிதை.

"கள்ளிப்பழம் தேடி
அருகம் புல்லில் முள் உரசி
உண்டு மகிழ்வதில்
உள் நாக்குவரை சிவக்கும்
அனுபவம் இல்லாது..."

தன் குழந்தையை நகரத்துக்கு அழைத்துவந்துவிட்டதற்காக வருந்தும் மனத்தின் ஆழத்திலிருந்து வெளிப்படுவது; இழந்துவிட்ட தனது குழந்தைப் பருவ சந்தோஷங்களும்தான்.

'பட்டுவண்ண இறகுகள் பொறுக்கி
அதே வண்ணத்தில்
பண்டிகைக்கு
உடை கேட்டழும் உன்னை
அதட்டியபடி பெருமிதம்கொள்ளும்
வாயப்பிழந்தேன்'

என்னும் வரிகளில் வெளிப்படுவது… மறுக்கப்பட்டுவிட்ட தனது குழந்தையின் கிராமத்துச் சந்தோஷம் மட்டுமல்ல; தனது குழந்தைப் பருவ நினைவுகளும்தான். சமீப காலமாகக் கவிதைகளில் பெண்ணியம்,பெண்மொழி பற்றியெல்லாம் விவாதிக்கப்படுகிறது.பெண் கவிஞர்கள் என்று பாகுபடுத்திப் பார்ப்பதே கூடாது என்ற கருத்தும் சொல்லப்படுகிறது. பெண் கவிஞர்கள் என்று பகுத்துப்பார்ப்பது ஒரு தெளிவுக்காகவும் சௌகர்யத்துக்காகவும் தானேயல்லாமல் பிரிவினைப்படுத்தலாகாது. ஆண் எழுதினாலும்… பெண் எழுதினாலும் பெண்கள் பொதுவான மனிதத் துக்கங்களையும், வலியையும், சந்தோஷங்களையும் எழுதினாலும் அவர்களுக்கேயான துக்கங்களையும் வலியையும் வெளிபடுத்தினாலும், அது கவிதையாக உருமாற்றம் அடைவதைப் பொறுத்தே அதன் தரம் நிர்ணயமாகிறது.

இந்தச் சமூக அமைப்பில் பெண்கள் மீதான ஆணாதிக்கம், அதனால் பெண்கள் அடையும் துக்கங்கள், உடல் சார்ந்தும், மனம் சார்ந்தும் அவர்களுக்கேயான பிரச்சனைகளை ஒரு ஆணைவிடவும், பெண்ணால் ஆழமாகவும் நுட்பமாகவும் வெளிப்படுத்த முடியும் ஆண்களால் உணர்த்த முடியாத பெண்களுக்கேயான உணர்வுகளை - துக்கத்தையும் வலியையும் - வெளிப்படுத்தும் அவர்களின் மொழியையே பெண்மொழி என்று சொல்வதாகக் கொள்ளாலாம்.

பொதுவாக, இன்றைய பெண் கவிஞர்கள் பெரும்பாலும் சங்ககால ஔவையாரின் மரபில் வந்த பொதுவான கவிதை மரபின் வாரிசுகளாகவே தங்கள் அனுபவங்களை வெளிப்படுத்துகின்றனர். அதாவது, ஒரு ஆணாலும் வெளிப்படுத்தப்படக்கூடிய வகையான அனுபவங்களையே அவர்கள் தங்கள் கவிதைகளில் எழுதுகின்றனர். இளம்பிறையின் கவிதைகளும் இந்த மரபிலானதுதான். உதாரணத்துக்குச் சொல்வதானால், இந்தத் தொகுப்பின் தலைப்புக் கவிதையான 'முதல் மனுசி' ஒரு ஆணாலும் இதே உணர்வை வெளிப்படுத்தும்விதமாக எழுத முடியும்.

இவ்வகையில் பார்க்கும்போது ஔவையின் மரபில் வந்த இன்றைய பெண்கவிஞர் இளம்பிறை தொடர்ந்து எழுத வேண்டும், நிறைய எழுதவேண்டும்.

சென்னை - 30.04.2003இல் 'முதல் மனுசி'யில்
கவிஞர் ***ராஜமார்த்தாண்டன்***

இசை முரணும் கவிதைகள்

தமிழின் புராதன இலக்கிய ஆசிரியர்கள் இரண்டு வகையான ஒலிகளைக் கவிதைகளில் கண்டனர். ஆசிரியப்பாவும், வெண்பா, வஞ்சி, கலி என்ற வகைகளில் ஆசிரியப்பாவும் வெண்பாவுமே மேம்பட்டுத் தெரியும் ஒலிகளாகப் புராதன ஆசிரியர்கள் கண்டனர். 'பாவிரி மருங்கின் பண்புறத் தொகுப்பின் ஆசிரியப்பா வெண்பா என்றாங்கு ஆயிரு பாவினுள் அடங்கும் என்ப' என்றது தொல்காப்பியம்.

ஆசிரியப்பாவின் ஓசையை அகவல் ஓசை என்பார்கள். அகவல் ஓசை, வெண்பாவின் ஓசை இவ்விரண்டிலும் வெண்பாவின் ஓசை பிரதானப்பட்டுத் தெரியக்கூடியது. தமிழின் சிறந்த புலவர்கள் எல்லோரும் அவர்கள் எந்த நடையில் எழுதினாலும் வெண்பாவின் ஸ்வர்ண ரூபத்தைக் காட்டிச் செல்பவர்களாகவே இருந்து வந்துள்ளனர். ஆசிரிய, வெண்பாவின் ஓசைகள் இசைத்துறையைச் சார்ந்தவை அல்ல.

மாறாக இயல்துறையைச் சார்ந்தது. அதனால்தான் இலக்கிய ஆசிரியர்கள் இதை இலக்கணப்படுத்தினர். ஆனால் தொல்காப்பியத்துக்குப் பின்பு இவ்வோசை இசைத்துறை சொல்லான 'பண்' என்ற குறியீட்டால்

வர்ணிக்கப்பட்டது. 'பண்' அதிர்ப்பின் பாடல் அதிர்ந்துவிடும்' என்றார் நான்மணிக்கடிகை எழுதிய விளம்பி நாகனார். செய்யுள் இலக்கணத்தால் அடையாளப்பட்ட ஓசையிலிருந்து வேறானதே இந்தப் பண் கவிஞர்கள் தங்களது அனுபவத்தாலும் வாசகர்கள் தங்கள் வாசிப்பின் ஆழத்தாலும் இந்தப் 'பண்' என்ற ரஸானுபவத்தைப் பெறுகிறார்கள்.

நமது நவீன கவிதை, செய்யுள் இலக்கணத்தை விட்டுவிட்டாலும் அதன் உற்பத்தியில் மொழிக்கு, கலைக்கும் இயல்பான பண்ணை விட்டுவிடவில்லை. இதைப்பட கவிஞர்களின் ஏராளமான கவிதைகளில் நான் படித்துணர்ந்திருக்கிறேன். இந்தப் பண்பரல் வேறுபாடற்றது.

இளம்பிறையின் கவிதைகளில் இந்தப் பண் கேட்கப்படுகிறது. சில சந்தர்ப்பங்களில் கவிதையின் ஒரு பகுதியில் கேட்கிறது. சில சந்தர்ப்பங்களில் கவிதையின் உருவம், உள்ளடக்கம் இவற்றுடன் கடைசிவரை கை கோர்த்து வருகிறது.

'நனைந்த பறவையின்
சிலிரப்பில் தெறிக்கும்
துளிகளின் பரவசத்தோடு
பசுமை பொங்க
சிலிரத்து நின்றது மரம்
இத்தனை காலம் மழை
வராமலிருந்த கோபம் தள்ளி.' *(முதல் மனுசி ப-44)*

இந்தப் பண்ணியல்பைப் 'புது மார்கழி' என்ற கவிதையிலும் காணலாம். கவிதையின் கடைசிப் பகுதியில்,

'பூப்பறிக்கவோ புல்லறுக்கவோ
முள்கீறி
இலந்தைப் பழம் பொறுக்கவோ
படிக்கவோ எழுதவோ செல்லாத
என் முதல்
மாநகர் மார்கழி இது'.

பண் முரண்டு கொண்டிருக்கும்போதே பொருள் வேறுபாடும் தவறாமல் கொடுக்கப்படுகிறது. பூப்பறித்தாலும் புல்லறுத்தாலும் ஒன்றை அடுத்து மற்றதாக வருகிறது. பூப்பறித்தல் எல்லோருக்கும் பொதுவான வேலை. பால் வேறுபாடுகள்கூடக் கிடையாது ஆனால் புல்லறுத்தல் பொதுவான தொழில் வேலை அல்ல.

மேலும் அது ஒரு பெண்பால் தொழில். புல்லறுத்தலை இப்படிக் கண்டுகொண்டபோது பூப்பறித்தல் பற்றி ஒரு ஐயப்பாடு எழுகிறது. இது ஒரு பணி அல்லவா? அதுவும் ஒரு வேலைதான? ஆம். இங்கே ஒரு

வேலைதான். இடம்பெயர்ந்த பின் எதிர்கொள்ளும் மாநகர முதல் மார்கழி இது. முன்னது நிலையில் பின்னது எதிரில் .

இளம்பிறையின் கவிதைகளில் பல சந்தர்ப்பங்களில் இரக்கமும், பரிவும் ததும்புகின்றன. தாய்மை உணர்வு முக்கியமாக வெளிப்படுத்துகிறது. சிறிதளவு சீற்றம் காண்கிற இடத்திலும் அதுவும் தாய்மை வசப்பட்டதாக உள்ளது. ஆனல் இந்தச் சீற்றத்தை அடக்க உணர்வோடே இளம்பிறை நவிற்சியாளரை வெளிப்படுத்தச் செய்கிறார். இவ்வடக்க உணர்வுடன் வெளிப்படும் சீற்றம் அழகான பாவனையாகவும் அமைகிறது

"உனக்கு வேலை மட்டுமே வேலை
எனக்கு வேலை ஒரு வேலை" *(பிறகொருநாள்)*
"அன்று உதித்திருக்கக் கூடாது
சூரியன்" *(சோறூட்டிய கிண்ணங்கள்)*

'பேருந்து நிலையத்
தாழ்வாரத்தில் ஒதுங்கி
பாலூட்டிக் கொண்டிருக்கிறாள்
நரிக்குறப் பெண்
குழந்தையின் கன்னங்களில்
தெறித்துக் கொண்டிருக்கிறது.

மூன்றாம் எடுத்துக்காட்டில் சீற்றம் தணித்துக் கொள்ளப்பட்டுள்ளது. மழைத்தூறலில் நனையும்படி குழந்தை விடப்பட்டதற்கு யாரைக் கோபிப்பது? நரிக்குறப் பெண்ணையா?அவளின் - நரிக்குறவர்களின் நடோடித்தன்மையையா? அதை நீக்கி வாழ்க்கை அமைத்துத் தராத சமுதாயத்தையா? அரசையா? தார்மீகக் கோபம் என்று ஒரு தொடர் உண்டு. பெரும்பாலோர் தொண்ணூறு விழுக்காட்டுக்குக் கோபத்தையே கொட்டி அளக்கின்றனர்.

தார்மீகக் கோபத்தில் தார்மீகத்தின் அளவு கூடிவிட்டால் அது வீர்யமற்ற கோபம் என மட்டம் தட்டப்படும். இளம்பிறையின் அடக்க உணர்வு வேறுவிதமாகவும்கூட செயல்படுகிறது. ஒரு கவிதையில் 'மார்பகங்கள்' என்ற சொல்லைப் பயன்படுத்துவதற்குக் காரணமும் அடக்க உணர்வுதான். வேறு பச்சை சொல்லிப் பயன்படுத்தினால் கிடைக்கக்கூடிய கவனிப்பை வேண்டாமென்று விடுத்து கவிதையின் உணர்வுக்குப் பொருந்திய சொல்லையே பயன்படுத்துகிறார்.

இளம்பிறையின் கவிதைகளில் பல நல்ல கவிதைகள் உள்ளன. அவருக்குக் கவிஞர் என்ற வகையில் ஆளுமையும் இருக்கிறது

05.12.2005 இல் 'பிறகொருநாளில்'
கவிஞர் ஞானக்கூத்தன்
சென்னை